కవితాపత్రికవారికొక హెచ్చరిక.

అయ్యా!

మీయాధిపత్యముపై వెలువడుచున్నకవిత చాలదినములనుండి లోపపుఁబ్రసంగ
ములు ప్రబలమగఁజేయుచున్నది. కావున విద్యావంశముంబట్టి సోదరులగు మిమ్మును దా
నినిమందలింపుఁడని హెచ్చరించుచున్నాఁడను. ఆలోపపుఁబ్రాఁతలను కొన్నిటినిజూపి
నంగాని మీరువిశ్వసింపరని తలఁచెదను.

కృష్ణ॥ (నవ్వుచు) ఈశివరామశాస్త్రిగారేమైన నవధానము చేయఁగలవా
రా? యేమి

ఆంధ్రకేసరి॥ చెల్లెలా? దేశమాత! కృష్ణతో నేదియో మాటలాడుచున్నావు?
శివరామశాస్త్రిగారి యవధానముసంగతియా?

కృష్ణ॥ కేసరీ? ఈసంగతి పొరపాటనిచెప్పితివఁట! కాదా?,

ఆంధ్రకేసరి॥ (నవ్వుచు) అదిగాదమ్మా ఆయనపేరు శివరామశాస్త్రియనుటకు
బదులా శివరాముఁడనుట పొరపాటనిచెప్పితిని గాని తక్కినవిషయమునుగుఱించి నేనే
మియు ననత్యమాడలేదు.

దేశమాత॥ ఇప్పుడుతిరుపతి వెంకటకవులు తమపుస్తకముల జాబితాలోఁగలిపి
ప్రకటించి యమ్ముకొనుచున్న యవధానమదియే నాయేమిటి?

దేశమాత॥ ఔను! అదియే, మొదటనుండియుఁబాపమువారుదానివిషయమై చా
లశ్రమపుచ్చుకున్నారు.

కృష్ణ॥ సరే తెలిసినదిలే, శివరామశాస్త్రిగారనఁగా బిడాలోపాఖ్యానకర్త
యేనా?

ఆంధ్రకేసరి॥ (పరిహసించుచు) ఆఁ, ఆఁఆయనయే, (చెవిలో) ఇట్టిట్టులు

(విరోధికృన్నామసం॥ నిజాషాఢమాసము 3 సంచికకవితలోని యట్టహాసమునుండి)

అయ్యా! ఈప్రసంగములోఁ బ్రధానముగా
విమర్శింపఁదగిన విషయములనిల్పి యప్రధానములనువిడుఁడు. పరీధావినామసంవత్సర పుఁ
బత్రికను॥ విరోధికృత్సం॥ అనివ్రాసి ప్రకటించుటచే మీప్రమాదరాహిత్యము వెల్లడియ
గుటయేకాక మీరువిరోధమేదోవిధముగా నెల్లరతోఁ దెచ్చిపెట్టుకొనుటయే వ్రతము
గాఁగలవారనియు నాహేతువున నీతబ్బిబ్బుగల్గినదియనియు నూహింపవలసియున్నది.
అందులకు నిరపరాధినగునన్నుఁగూర్చిచేసిన పిచ్చిప్రసంగము సాక్ష్యమిచ్చుచున్నది, పా

రపాటును కొందఱున్న మీరీపరీధావివత్సరపుఁ బత్రికలలో నెన్నిటియందో యిట్లే ప్రకటించికొనియున్నారు. ఇది ప్రమాదమనుకొందము, తిరుపతి వెంకటేశ్వరులు నాయవధానవిషయమై శ్రమపుచ్చుకొనుటనుగూర్చి మీ రెంతగా విచారించితిరేమి, గురువులు శిష్యులయెడల దయగల్గి వారి శ్రేయమునకు యత్నించుటతప్పా? కృతఘ్నుఁడనైనచో నేనువారు శ్రమపుచ్చుకొనలేదని వ్రాయఁగలుగుదును గాని లేనిచో నెట్లు వ్రాయఁగలను, వారివిద్య వారిదయవలన నాయందుఁ బ్రవేశించికదా? నేనావధానమును జేయఁగల్గితిని అట్టిచో వారు శ్రమపుచ్చుకొనిరనినఁ దప్పేమి లేదువారే చేసి నాకాయశము నిచ్చిరందురా? అట్లే నివారుచేసి మీకును నీయవచ్చునుగా? మిమ్ముఁగూడ నావధానులనిజగమేల చెప్పికొనియెడిని అనామకుఁడు కూడ నేదో వ్రాసెనుగాని నన్నుఁగూడ నావధానియని వ్రాయలేదే? వ్రాసినచోఁ బేరుపెట్టిరియొక్క నిం జూపుఁడు- పత్రియు నాయనామకుని వ్రాఁతను బ్రకటించికొని పశ్చాత్తాపపడి దిద్దుబాటును బ్రకటించినకేసరిలోని ప్రకటనకు మీ రేమియుత్తరమును జెప్పుచుంటిరి. మొగమెత్తుఁడా.

A Correction.

దిద్దుబాటు

గుంటూరు అవధానము.

"గుంటూరు అవధానము" అనుపేరట సత్యవాదియను ఉపవిలేఖరి మాకు వ్రాసిన లేఖను వెనుకటిపత్రికలో ప్రచురించి యున్నారము. అందు వేలూరి శివరామశాస్త్రిగారిచే చేయబడిన శతావధానము సరిగా చేయబడలేదని సత్యవాదిగారు వ్రాసెను, ఇది అసత్యమగు- లేఖగా మాకుతరువాత తెలియవచ్చినది. మరియు శివరామశాస్త్రిగారిని శివరాముడనియు సత్యవాదిగారు వ్రాసిరి. మేము ఈపేరు కవిత్వము చెప్పుటయందు తమనమ్రత (Modesty)ను జూపుటకు వహించిన నామమని దలంచి, దిద్దుబాటుచేయకుండ ప్రకటించినారము. ఏనిగూర్చి మేము యెప్పుడును వినియుండకపోవుటచే ఇట్టిపొరపాటు తటస్థించినది.

మరియు సత్యవాదిగారు విద్యాధికులనియు లేఖల వ్రాయులయందు తమజవాబుదారి గ్రహించినారనియు మేము [illegible] వారి లేఖను ప్రచురము జేసినారము ఇట్టి [illegible] చింతిల్లు చున్నారము.

[illegible]

ఇదియేకదా కేసరిలోనిపంక్తులు, ఈపంక్తులకు [illegible] సుప్పికొనియుండి [illegible] వారి జాబుకూడ [illegible].

J GURUNADHAM, B A
Editor, Andhrakesari.

Rajahmundry,
Dated 13th October 1911

SIR,

Re-your registered card dated 11th October 1911, You are requested to refer to the 'Andhrakesari' dated 29th September 1911, page 6 column 3, when a 'correction' was published regarding the matter you have written to me about

I am advised to add that nothing more can be done

M. R. Ry.
R. Hanumaiah Pantulu Garu, B A
First Grade Pleader,
Guntur.

I am
Yours faithfully
GURUNADHAM,
Editor

[illegible]

పాలు వ్రాసిన వితరులు [illegible] ప్రచురము గా [illegible] ధృటకు జంకరనుటకి [illegible] కృష్ణాపత్రికలో విరారు ప్రకటించిన [illegible] వ్యాసము చూచినం [illegible] తెల్వి [illegible] ని తెలిసికొనుడు. బ్ర॥ జయంతిభగీరథశాస్త్రి వారివద్ద [illegible] శాస్త్రి గారు కొన్ని విశేషములను దెలిసికొనిరేనండి, అంతియకాని [illegible] పాఠము చదువలేకేనుండె, [illegible] శాస్త్రివారికే కొన్ని సంగతులను బోధింప [illegible] యుక్తము గానుండెను [illegible] కలజ్ఞప్తికి దెచ్చికొనుడు ఈకారణమునసే బ్ర॥ శ్రీ॥ [illegible] పంతుల వెంకట

సుబ్బారావు గారు మిమ్మునుగూర్చి ప్రకటించియేయున్నారు. (అభినవ) వీరు మీకు ముఖ్యబంధువులని నేను వ్రాయుట ప్రసక్తము మీతత్త్వముచే న్నప్పటినుండియు సెలవిచ్చిన యిమ్మహామహుండు మీకొసంగిన బిరుదమునిచ్చెనని సంతోషింపవలసియున్నది. వెంకటశాస్త్రులవారికిని మీకును వివాదము గాన వారివద్దఁజదివినదిలేదనుటకవసరముగల్గినదికాని భగీరథశాస్త్రులవారికిని మీకును అట్టిసంబంధములేదే ఆయాధారమునంబట్టి ప్రకృతము నన్నుఁగూర్చివ్రాసిన యప్రస్తుతాట్టహాసము పట్టిసగటిదొంగతనపు సామెతకుదాహరణమని నొక్కిపలుకక తప్పదు. దానికిఁదథ్యముగా కృష్ణనుండియేమి దేశమాతనుండియేమి యితరములనుండియేమి వారందు సంగ్రహించిన వ్రాఁతలన్నియు ననామకులవి అనఁగాఁ పేరుదాఁచి ప్రకటించినవో లేక లవి యగుటఁ గూడ ప్రబలాధారము దర్బారునుండికూడ మీ రవి సంగ్రహించియున్నారు, అయ్యవి నాకు సంబంధించినవి కావు గాన విమర్శింపక మిన్నకుంటిని ఈపంక్తులఁగనుఁడు అభినవసరస్వతి॥ (రోషముతో) వారి విషయమై యిట్టిమాటలు నీవనవలయుఁగాని మఱెవ్వరువనగు.........కృష్ణ॥ అభినవసరస్వతి మాటలకేమిలే దానికేమేమి వ్రాసియిత్తురని వారినట్లూరక పొగడుచుండును॥ ఈప్రసంగ మెందులకుఁ జేయవలెను అభినవసరస్వతి మీకేమపకారము చేసినది, సరస్వతి నోటనుండి వచ్చినమాటలుగాక అపభ్రంశనామముగల పత్రికలమాటలా మీకుఁ బ్రమాణము ఇదిగాక కృష్ణ యీప్రసంగము చేసినట్లు వ్రాసితిరిగదా! అందులకుఁ బ్రమాణమీయఁగలరా! మఱియు నీ మొండిప్రసంగముగూడ శోచ్యస్థితిలో నేయున్నయది దేశమాత॥ ఎందులకుగూడ కలహించెదరు ఆవిషయమై కవియు రాజునగు మంత్రిప్రగడభుజంగరావు గారి నిష్కృష్టాభిప్రాయ మొకటిచాలును॥ ఈవ్రాఁతలో సత్యతత్పరుఁడన్న విశేషణము మీరు వేయుటకు. ఆదిగదా ప్రకృతము కావలసియున్నది. ఆయనవ్రాసిన యప్రసక్తపువ్రాఁతకు దిరుపతి వెంకటేశ్వరులిచ్చిన ప్రత్యుత్తరమునుగూడఁ బ్రకటించి దానికై శ్రీభుజంగరావుగారి యుత్తరముఁ దోఁపక మిన్నకుండిన సిద్ధపుఁగూడ దేశమాతయిట్టిమాట నెట్లుపలుకునో నాకరయరాకున్నది లేదా యాదేశమాతచేవురల నీమాటబలికింపఁగలిగితిరేని కొంతయుక్తము, మీరు లేశమును సంశయములేక యేదోవ్రాసికొందురనుటకుఁ బ్రమాణములనేకములు కలవు. "తెలియమే రామకృష్ణులతో విరోధించి శృంగభంగమునగన్న భంగియెల్ల" ఈపద్యములెవరో శాఖాఖమానిఁవ్రాసిన వ్రాయుఁగాక మీవ్రాసిన శృంగభంగము నిదివఱకు దెగడినవారేగాని పొగడినవారొక్కరును లేరుగదా ఏవిధముగా నీపద్యములను ప్రకటింపఁగలిగితిరో సెలవొసగుఁడు అభినవసరస్వతి గౌరవమాట్టిదో దర్బారుగౌరవ మెట్టిదో మీకుఁ దెలియక పోవుఁగాక లోకమెఱుఁగుఁగదా? ధర్మ

మునపుఁగానవతరించిన యభినవసరస్వతికిఁ బ్రచ్ఛన్ననామములగు దొంగలవ్రాఁతలు బయటఁబెట్టి యథార్థమును నివేదించుట పొగడికయగునా! అదియీవిషయమై వ్రాసిన వ్రాఁతలలో మీరు ఖండింపఁదగినదొక యక్షరమేనియున్నచో సప్రమాణముగ ఖండింపుఁడు. అప్పుడుదానిఁద్రోసివేయవచ్చును. ఊరకదొంగలు దొంగలుగలసియూళ్లు పంచికొనినట్లు వ్రాయుటయునొక తెలివా! ఎప్పుడేని సత్యముకేపాటు పడవలయును గదా మీకవితకిప్పటికిని సప్రచ్ఛన్నుల వ్రాఁతలయందలి సత్యమెఱుఁగరాకున్న యదిగాని యాంధ్రపత్రికవ్రాసియేయున్నది చూడుఁడు. ఇంతయగౌరవముగా నీప్రచ్ఛన్నులను గౌరవాధికులు వ్రాయుచుండిరి, కవియొక్క యసూయ, పొగడెగయుటకుఁగతమే మేజవాబొసఁగుఁడు. కృష్ణలో దొం జవాబా వాడియిచ్చిన ప్రత్యుత్తరమే మేనియున్నదా! ఇట్లనేకప్రాజ్ఞులు నిరసించుచున్న యసత్యపుఁ బురాణమును మరలఁబ్రకటించి కొనిన ఫలమేమి "కర్తాకారయితా" యన్న శ్లోకమునకు దాహరణముగుటకా! మీకవిత యవివేకమును జాటుటకు చూపితిని. ఇంకను జూపవలసినవి కలవు. గ్రంథవిస్తరభీతిచే నుపేక్షింపఁబడియె. ఇంకఁబ్రస్తుతావధరింపుఁడు.

ఉ॥ నేనవధానముల్ సలుపనేరనటంచుమృషోక్తులాడుమీ
కేనుజవాబువ్రాయుటదియెంతయుఁ బ్రస్తుతమయ్యెరాగి యే
గానికిమాఱునట్టి యలకాకవ్రలంబలె వేసికొన్న దొ
కోక నిజమెట్టిదో తెలిసికొందురుగాక వివేకులియ్యెడన్॥

ఉ॥ నాయవధానముం గనిమనంబున సంతసమందియిచ్చినా
యాయిమహానుభావుల యథార్థపు లేఖలుగప్పిపుచ్చియే
వాయియొపేరుమార్చికొని నాగినవాగుడుఁబట్టి యేదియో
గోయియొకండు త్రవ్వికొనఁగూడు నెయందునఁగూలనెంచుచున్॥

ఉ॥ సోదరులార! నాపయియసూయవహించెదరేల! మీవలెం
గాదవధానముల్ సలుపఁగాఁగల "గాఁగలనంచుఁజెప్పికోఁ
గాదిటు లేనునన్గుఱించి గర్వముగాఁదలపోయవచ్చుమీ
కేదొయుపాయమేర్పఱచి యీవిశయమ్మునుదీర్చికోఁదగున్॥

ఉ॥ రమ్మనువారొ మీకడకు రండని నేను లిఖింపనా సమీ
పమ్మునకీరు వచ్చెదరొ భారముగాఁ దలపోయకుండ రం
గమ్మదిటమ్ముచేసికొని క్రన్ననఁ దెల్పుఁడు నానధానపుం
గమ్మదనంబుఁ జూపెద వికస్వర సుస్వర భాస్వరమ్ముగన్॥

చ॥ కలిగినపట్టులన్ గృతిని నానొకచో సభచేసి మీకొగిం
దెలిపెద మీసుకీర్తిసభ దెల్పుఁడటంచడుగన్ భయంబు మీ
కలవడ హేతువియ్యెడల నాస్థిజనాబు నొసంగుఁడేని యో
గిలుకకరెంటకొక్కటికొగిన్ బదులీగ లిఖింపుఁ గొప్పగన్॥

ఉ॥ కన్నులు దెప్పఁడిచ్చె కవిగన్గినయందులకున్ ఫలమ్మదాఁ
దిన్నగఁ జూచి వ్రాయుటయె దేఁబెలకాంతలు నిక్కవంబులో!
అన్నలు! తక్కపండితుల యయ్యఖ్రవాఁతలె నిక్కవాబులో!
క్రన్నకమీరుచూచెదరు గాకబహూనాక్షులు వ్రాయనేటికిన్॥

శా॥ లేదా చక్కఁగ బుద్ధి తెచ్చుకొని చాలింపుండు మీగోలనీ!
కాదంచుం గవినవ్యలిచ్చెడివనుటక్కరింబులం జూచికొం
డీదారిన్ విమృపుంతు బాగుపడుఁడా తేయోగ్య శ్రీసూర్యరా
ట్ప్రేషన్ బట్టీయునేనిఁ గెల్గవచెయిప్సీ! మీకు పెహాయోగ్యతల్॥

ఉ॥ ఎల్లరుయోగ్యుఁడంచు నుతియింపఁగఁ బొంపిరివోవుసూర్యరా
ట్త్ల్లజుఁడొక్కమాటు కవితంగనె నేనియు మీకువ్రాయు నీ
ప్రల్లదముల్ సహింపఁడవి పల్కెదనాకిటులుత్తొఁ చెవింక నే
నల్లనృపాలుఁడా కవితనారయు సంఘటనంబు గావుతన్॥

ఉ॥ అతఁడుచూచెనేని వృథయైనప్రసంగము వ్రాసి ద్రవ్యపుం
దాతకుఁగూడ దుర్యశము దార్చెదరంచుఁ దలంచి చక్కనౌ
నీతినిఁ జెప్పెనంచు మదినేదలపోసెద నిప్పటేనియా
నేతభవత్ప్రసంగము వినివిననట్లు క్షమింపకుండుతన్॥

ఉ॥ పత్రిక యన్న సత్యమును బల్కుట కేర్పడెనంతెకాని యే
కృత్రిమపుం బ్రసంగము లిఖించుచు సత్యము గప్పిపుచ్చి స
ర్వత్రచి వాటులందినెడి పత్రిక పత్రిక యౌనె? "కాదుమా
పుత్రిక యంచుఁ బల్కెదరొ పుత్రిక యిట్టిది పుట్టి యేమగున్॥

(గారపుబిడ్డ)

ఉ॥ నేనవధానముల్ సలుపనేరనె యంచును జింత బెంపుఁడ
ద్దాన నెమౌదురొక్కొ యవధానులు మీరలు నాయశక్తిచే
లేనిసుశక్తి మీకెటు వెలింగెడి దొంగల వ్రాఁత లింకపై
నేనిస్వపత్రికం గొనకుఁడెవ్వరు నవ్వెదరయ్య సోదరుల్॥

ఉ॥ దొంగతనమ్మొనర్చు నయదూరుఁడు మాత్రమె దోషి గాఁడు వాఁ
డొంగడినమ్ము వస్తువుల నార్జన చేసిన వాఁడు గూడ స
త్సంగతుఁడయ్యె దోషియగు సత్యమెఱింగి పరిగ్రహించ నే
నింగఁజెయుంప శక్యమగునే? యపరాధము చర్చ సేయుఁడీ!॥

ఉ॥ చాలు వృథా ప్రసంగము ప్రసక్తికిఁగాని ప్రసక్తిగాననున్
బాలిశుఁడంచు వ్రాసిన యపాత్రపు వ్రాఁతకుఁ దప్పు దిద్దికోఁ
జాలిన పత్రికల్ దెలిసి చట్టన నా శివరాముఁ డన్నయీ
వ్రాలు నెటుల్ లిఖించి రిది వారికిఁ దప్పు యిమాకుఁ గాదొకో?॥

మ॥ శివరాముండను వ్రాఁత తప్పనుచు వ్రాసెం గాని భ్రష్టయ్యె నా
యనవధానంబను మాట కాదనుచు మీ రర్థంబు గల్పించుచుఁ
శివరాముండను నక్కరంబులను నిస్సీయెట్టు వ్రాయించి స
త్కవులం దేర్పఁ దలంచినారొ యవివక్కాణింపుఁడో సోదరుల్॥

చ॥ శివుఁడనొ లేక రాముఁడనొ చేసెదనో మఱిచేయలేనొ నా
కవనము చూడఁ గాఁ దలఁపు గల్గిన జాబు లిఖింపుఁ డూరకే

VIII

సువిసృగ్రక్కున పద్దెముల నూరులు నవ్వలిఖింపనేల? యే
కవితయొ తేరఁగానొకటిగల్గుటకున్ ఫలమిట్టిదానికో!॥

ఉ॥ తక్కిన దానికేమి యవధానము నాయది యెట్టిదో భవ
ద్వ్యాఖ్యనఁ బల్కఁజేయుటకుఁ దద్దయుఁగోరెద మీరు పత్రికా
ముఖ్యులుగాన యత్నమిది పోలకపోదిదె మ్రొక్కుదున్ 'శివ
మ్మొక్కినచోట మ్రొక్కకెటు లేరికిఁదీరదు' నాఁగవింటిరే॥

మ॥ సభకున్ రావలె నోరువిప్పవలె మీ సామర్థ్యముంజూపి వా
గ్విభుతంగాంచవలెన్ వృథాగనొకచక్కిన్ డాఁగి నానాఁట రా
సభముల్ గోకిన పాతప్రాఁతలకు దాసత్వంబు గావించుమీ
కుభయంబా! మతిభక్తియా! యుఱకెట్లో ఘోషింతురిచ్ఛాగతిన్

ఉ॥ వచ్చెద రమ్మటన్న నృపవల్లభునాజ్ఞను బొందిమీరలే
వచ్చిననింతకన్నను శుభంబును సేయుఁడు లేదయేని యే
పిచ్చియొ వెళ్లఁగ్రక్కకుఁడు పెద్దలు నవ్వుచునున్నవారు మీ
కుచ్చితపుంబ్రసంగములకుంజెవియొగ్గఁడు ప్రాజ్ఞుఁడొక్కఁడున్॥

తాలుకుట్టనము

"సరసపరిషత్కర్ణ్ణశ్రావ్యంకవిత్వరసాయనం
విరసమనసాంనేతుంనేహామహేశ్రవణాన్తికమ్
మృగమదరసంబింబోష్ఠీ నాంకఠోర కుచోచితం
జఘననికటేక్లిన్నేలిమ్పేజ్జరన్మహి షస్యకః"

ఉ॥ కొండల బండలన్నదుల గొప్పసముద్రములన్వెలుంగు బ్ర
హ్మాండము మ్రింగనెంచిభవదాస్యబిలంబుననుండివచ్చుని
కొంతొక యట్టహాసమునకుం గగురీతిగఁ దాలుకుట్టనం
బొండు రచింపఁగావలసె నుక్కిరిబిక్కిరి కాకయుండుటన్.

ఉ॥ దగ్గినఁ దుమ్మినందనకు దాపున వారికినోటితుంపరల్
వెగ్గలమై మొగానఁబడి పెల్లుదయింపఁగఁజేయుఁ గోపమీ
పగ్గియదెట్టిదో కడునెపంబులు పంబిన యట్టహాసవుం
గొగ్గితలల్ గనుంగొనిన గోలె ననహ్యముతానపుట్టదే?

శా॥ కైలాసాచలసానుసీమలను శ్రీకంఠుండు తాఁదాండవ
వ్యాలోలుండయిదిక్కటాహములుశైత్యంబందఁగాఁజేసెను
ద్వేలప్రక్రియ నట్టహాసమును దద్విక్రాంతిఁ జూపింపఁగాఁ
బోలెన్ వీరలుకూడఁజేసి రిటులంబో! అట్టహాసంబునన్.

గీ॥ అతిశయముమాకెకాదుమాహాసమునకుఁ
గూడఁ గలదంచుఁ దెలిపెడి మూడి"*కట్ట"

అట్టహాసము.

చ॥ కదిసిన సొరవోవుచును గబ్బపుదొంతుల సత్పదార్థముల్

"*అట్టావతిశయక్షేపణా"

యనుపదంబును దగిలించుకొనుట లెస్స
యతిశయమ్మున కతిశయ మ్మౌర మీకు.

ఉ॥ పిచ్చినిమ్రగ్గు మానవుఁడు ప్రేలునెటో యెదురున్నవాఁడుతా
సచ్చరితుండు నైనను బ్రసక్తికిఁగాని ప్రసక్తిగా వృథా
కుచ్ఛితపుం బ్రసంగముల గొణ్గును, నవ్వును వెఱ్ఱినవ్వుఁ జే
రిచ్చకమాడుఁ గూడదనెనేనియుఁ ద్రోయును తాలఅప్పలన్.

శా॥ మేలా నాలుగు పిప్పి ముక్కలను నెమ్మిన్నేర్చి యెవ్వారిపైఁ
గాలుంద్రవ్వఁగ నీతి యింతవలదా! కయ్యంబె వియ్యంబుగా
నాలోచించి రజఃకణంబులను ధానట్టిట్టులం జిమ్మి డీ
కోలుం జేసెడు నాలపోతు బలె మైకోల్నేఁతయే పాడియా?

ఉ॥ "దారిని దప్పిపోతిర"ని ధార్ష్ట్యముగా వచియించినట్టి వే
టూరి ప్రభాకరుండు భవదుత్తరపాత్రుఁడు కాక శిష్యధి
క్కారము నొందఁ బాత్రతనుగాంచెనొకో, "నయ"మింతచాలు
గౌరవముం బ్రశిష్యునికారము పంపగఁ జేయలేదుగా.

చ॥ తిరుపతి వేంకటేశులకె తిన్నఁగ జాబునొసంగ గౌరవ
స్థిరతకు లోటుగాఁ దమరు తెల్పెడు నప్పుడు వారిపాదపం

కదుపుచు నైట్టివారిఁ బొడఁగన్నచు గుఱ్ఱనిస్నేహసౌఖ్యముల్
మదికి నసహ్యమా శునకమార్గమునం జరియించుచున్న దు
ష్పథకవులెల్ల మత్కవితఁ దప్పులుపట్టక యూరకుండుఁడీ.

శా॥ గాఢార్థప్రతిపాదన క్రమకళాకౌశల్యముల్లేక వా
చాటక్కార్భటితోడఁ దామతమమర్ఘ్యాయించుఁ గైవారముల్
శ్లాఘింజేయుచుఁ బ్రాజ్ఞులన్నగుచు గర్వగ్రంథులైయుండు న
ర్యాప్తధీస్వాంతులు మెచ్చకుందురుట యుష్మత్కావ్యదంబుమ్మాబోంట్లకున్.

కరుహారజఃకణంబులవి కన్పడునే పయిపైని బంకిపై
నరుగంగఁజాలునట్టి తమయంతటి వారలకన్నుదోయికిన్.

చ॥ అలవడకుండఁగాక తమయంతటిపాండితి లేకపోవుఁగా
కలుషకవిత్వవిస్ఫురణ యుబ్బకపోవునుగాక యిందిరా
కలుషదయాప్రసారము చకారగుణుల్ తమ నోటనైననున్
వెలువడఁజేయఁగాఁ దగు వివేకమొకించుక లేని వాఁడొకో?

మ॥ కవితావాసనయింతకల్గినను బింకంబూని సర్వజ్ఞుఁడం
చవలోకింపఁగఁ జన్నె? మాలకరి యొయ్యంబావులం గ్రుచ్చ్వరీ
తి విశేషంబౌకొ! మాటలల్లుపనినాదేశంబు గాపాడుటో
కువిధంబియ్యది యెంతచెప్పిన నహా! కుక్షింభరిత్వంబెనా!

ఉ॥ పద్దెములన్నమాత్రమునఁ బామరులందఱు బ్రహ్మవిద్యయే
యిద్దనుకొందు "రింత యిది యెందుకు" నీచపదార్థపుంజము
న్మ్రద్దొడఁగూర్చునట్లు కవిముఖ్యుఁ డొనర్పఁగవచ్చుఁగాని యం
దొద్దిక బుద్ధిచొప్పఱచి యోజనచేసినఁ దేలకుండునే?

ఉ॥ చాలఁగదోషముల్ దెలియఁజాలక యల్లికలల్ల నేర్చుటల్
రేలుబవళ్లు సత్కవులరీతిని నిక్కిన కాకవుల్ ధరన్
బోలరు సత్కవీశ్వరుల పోలిక రాజమరాళపుంజముల్
పాలును నీరువేర్పఱచు భావముకాకములందుఁ గల్గునే?

చళ్లపిళ్ల వేంకటశాస్త్రిగారు స్వీయనామముతోఁ బ్రకటించు పాశుపతమువలెఁ గాక యాచార్యనామధేయప్రణీతమ్మయిన యత్యద్భుత విమర్శనము. గర్లకఠోరములగు వాక్యములచేనిండియున్నది. ఇందుఁబరనిందలు నాత్మస్తోత్రములుదక్క వేఱువిషయము లెవ్వియు లేవు. కావున దీనికిబదులు వ్రాయనక్కఱయే లేదు.

ఉ॥ మెచ్చియొకింతిగౌరవము మెచ్చకయుండి లఘుత్వలేశముల్
దెచ్చుటకున్ సమర్థులె కృతిక్రియకుం గుకవిత్వగర్వితుల్
తెచ్చుకొలంబు పేటుకుచితంబగుఁ గాక నగంగనైనవా
బ్రచ్చియబాగశిస్తునస గోత్రులువారలనెన్న నేటికిన్

ఉ॥ దొంగతనమ్మొనర్చు నయదూరుని కైనను దీపమార్పుచో
ముంగలనున్న పెంధనము మ్రుచ్చిలుచో నెలుఁగెత్తఁబీఁకె ను
క్కఁం గమకించుచోఁ దెలుపుఁగాదని కూడదటంచు నాత్మయా
వెంగలి లోంగఁ డాత్మకవివేకపు మాయయె యావరింపఁగన్.

చ॥ తెలియకకాదు మీరలిఁక దిట్టితిరయ్యయి వారలంబసం
దులు దులకించు మాటలను దొప్పలుదోరలుగాఁ గవిత్వపుం
దళుకు బడాయిచూపెడు విధంబది మీమది నెంతయున్నదో
బళిబళి! యెంతయుండినను బాగొకో యింతటినోటివట్టముల్.

మ॥ జననంబాదిగ సంగడంబొ మఱిశిష్యత్వంబొ యింకేదియో
పెనుసంబంధముకల్గి యేదొయొకఁడా ద్వేషంబు దోషంబుచే
తను నవ్వాని రహస్యసంగతులవుంతన్ లోకముంగూర్చి తె
ల్పినచో వానికి నట్టిదుష్టునికి నోలింగల్గునే నిష్కృతుల్.

చ॥ తనకువిరోధమున్నదని తక్కరుఁడెవ్వఁడో ద్వేషినిందచే
సిన విని సంతసించి పగచేఁ దమపక్షమువాఁడటంచుఁ బె
ల్చనుసివమెత్తి యాడుటయుఁ జంకలుగొట్టుట యట్టహాసపుం
బనులును నోటివట్టమును బైల్పఱపించె నిదెంతవింతయో.

అనుపింగళిసూరనార్యుని వచనమనుసరింపఁ దగినదియే. ఐనను ,,వేసినక్లెల్లనూరకున్న వెట్టివాఁడే గెలుచు" నను సామెతకు వెఱచి యాపొల్లువ్రాఁతలకు జవాబుచెప్పఁబూనినారము. సహృదయులు మన్నింతురుగాత! శాస్త్రిగారూ! వేంకటరామకృష్ణ గ్రంథమాలలోని మొదటిపీఠిక యత్యద్భుత శతావధానమునకే సంబంధించునది గావున రాజానురంజనమునకు మొదటనుండఁగూడదనిక దా? మీకుశంక! వినుండు.

శ్రీ పీఠికాపురమ్మున ముమ్మొదట మే మొనరించిన యవధానములకు రాజానురంజనము పద్యరూపముగ నుపోద్ఘాతమనఁదగి యున్నది. కాని యందు ఘంటాశతవిషయము మాత్రము ప్రస్తావింపఁబడలేదు. అంతకుమున్నె మేము శతవిధానమునొనరింపఁదలంచుకొనకుండుటయే దానికిఁగారణము. ఐనను భవితవ్యతాబలమ్ముచే ఘంటా

గీ॥ తమవిరోధికి నింక శాత్రవుఁడొకండు
దొరికెనంచును నింత సంతోసమేల?
నున్న పైనున్న లెన్నైనియున్న నేమి
పెరుఁగునొడలి బలంబుసూపింపనోటు?

ఉ॥ అట్టివిరోధివైరి తమకాప్తుఁడఁటంచును దత్కుశక్తికిం
బట్టముగట్టి తాను నలవారలకన్నను మిన్నయయ్యె నె
ట్టెట్టులో దాసభావమును తేదిరము చేసెడిరీతి గల్గువా
గట్టుల నీతియింకఁదమ గౌరవమేని నెఱుంగఁగోరెదన్.

గీ॥ తనకు మేలును గీడువిన్ననువృపఱచు
శక్తిచేతను దీపారుసంగడీంద్ర
సట్టుపడుఁజూవె సంపాదనంబుచేయ
నోటిదుడుకున్న ద్వేషులు కోటిమంది.

సు॥ అది యేమో గ్రహచారమొక్కని మొగంబావంతగాంచంగఁ బె
ల్లుదయించున్ గడు నీసా, లేక మఱిసొంపో, యేదో పష్టాష్టకం
బొదవన్ శత్రులకేమి లోటఁజులఁ జేయూపంగనే దారినె
ట్టెనురా వారలునెల్ల శాత్రవులు కానేలా! ప్రయత్నించుటల్.

సీ॥ తమయిచ్ఛవచ్చువృత్తములఁ బృచ్ఛకులయా
కాంక్షదీర్పఁగ నొక్కగంటయుంట
చెప్పినదొప్పునఁ దప్పులు లేకుండఁ
గావ్రాయు మఱియొకగంటయుంట

శతబీజమందు నాటఁబడియే యున్నది. అత్యద్భుత శతావధానక్రమమును దెలుపు నీపద్యము నరయుఁడు.

ఉ॥ చేయుటకొక్కగంటయది చెప్పినచొప్పునఁ దప్పకుండఁగా
వ్రాయుటకొక్కగంట సరినారలలో నవధానపాండితీ

ధారణానూనావధారణచేఁ జక్క
గాఁ జదువుట కొక్కగంటయంట
అరుదెంచు సభ్యుల యంతరాంతర ప్రసం
గంబుచేయుట కొక్కగంటయంట

గీ॥ వెరసి నాలుగుగంటలపేక్ష్యములఁట
తగునఁ టత్యద్భుత శతావధానమంట
ఔర! యియ్యది విమతభయంకరమఁట
దండ మత్యద్భుత శతావధానులార.

చ॥ తమకుఁ దమంతఁ జెప్పికొను దార్ఢ్యముసూపిన భావమీయదీ
యమలవివేకముంగలిగినట్టిరయేని భవద్విధానముల్
విమతభయంకరంబులని లెక్కను జేర్పఁగవచ్చుఁగాని చో
నెమిలికడానియీఁకెలను నేర్పుగఁ దాల్చిన కాకమాఁగదా.

గీ॥ నూఱుపద్యమ్ములొకగంట నూఱిపోయ
వచ్చుఁగాకట్ల చెప్పినవానినట్ల
మఱలఁ జదివెషపట్లనుగుఱికిబారె
డెచ్చుఁ దగ్గించు సందేహ మెసఁగునయ్య.

స్థేయతకొక్కగంట యరుదెంచిన పెద్దలగారవింప నెం
డోయరగంటయో? వ్యవధియుండవలెఁ ధరణీపురందరా!

శతావధానము నాలుగుగంటలలోఁ జేయుదుమనియు, నందుఁ గవిత్వము చెప్పుట కొక గంటయనియు, లేకరులు వ్రాయుటకొక గంటయనియు, మేము ధారణచేఁ జదువుటకొకగంటయనియు, సభ్యులతోఁ గలుగు నంతరాంతరప్రసంగమున కొకగంట యనియు నుజ్జాయిరపుగాఁ బంచి యుందుఁ జేర్కొంటిమి. ఒకదానికాల మొకదాని కాలముతోఁ గొంతకలిసినను మొత్తముమీఁద సరిపడి నాలుగుగంటలలో నవధానము పూర్తికావచ్చుననియు, మధ్య ప్రసంగమంతేగా రాకున్నచో నాకాలము గూడివచ్చు ననియు మేమూహించితిమి. అంతియకాని మేము కేవలము గంటకు నూఱుపద్యములు చె

చ॥ ప్రకృతముఁ సత్కవీశులుసభాస్థలిఁజేయు శతావధానమన్
ప్రకరణమందనంగ నొకపాదమువెంబడి నొండుపాదముం
బ్రకటనచేసి యంతయును భారమునప్పనచేయు వేళయం
దె కలుగుఁదొట్రుపాటులని తెల్పఁగనేలబుధుల్గ్రహింపరే?

చ॥ ప్రకృతశతావధానమునఁ బాదముచెప్పెడివేళయందు భ్రాం
తికలిగి స్థానపుంగుఱుతు తెన్నిడినన్ మఱిఁగొంతకొంత పృ
చ్ఛకుని విశేషమొకొ్కటకట సాయముచేసినపుంబొసంగుఁ. గొం
త కసమసల్గదా నవవిధానమునం దివియేని లేవుగా.

సీ॥ శతివధానముచేయంగ శక్తిలేని.
వానికెట్టులఁ దెలియు నుపాయమట్ల
కాన యత్యద్భుత శతావధానమెఱుఁగ
నట్టి వార లనుమరంచు నందురేమొ.

శా॥ వేగంబూనుచు నూఱుమందికి భవద్వ్యాఖ్యక్తవారీతి ధా
రాగాంభీర్యము,షాంగిపార్ల రచనారంభంబునుం జేసి వా
చాగాథం దగధారణం బదువ నుజ్జాయింపుగా,నేకసం
థా గ్రాహిత్వము నాఁగ ధీనికఁఱమ్మాత్రంబున్ భిదల్లేవుగా.

ప్వతలంపులో నీపద్యమునందలి మొదటివాక్యము లిఖించియుండలేదు. ఈయర్థము నీ పద్య స్వభావమే ధ్రువపఱుచుచున్నది. మేము బ్రహ్మోదవంశ పీఠికలో నీయభిప్రాయమును వెల్లడించియున్నారము, కావుననే యందు భ్రమేమెప్పుడు నిట్లుచేయుటకుఁ గలలోను బ్రయత్నించియుండలేదు॥ అని నిష్కర్షించితిమి.

చ॥ అమలవివేక! వీరలొక యష్టవధానముగాఁగ నెంతురో
తమమష్టమువమ్ముగనక శతవధానముఁజూడఁగ వేడ్కగల్గునో
విమతభయాంక్షరమ్ముగా నవీనవిధానము చిత్తగింతురో
నిముసములో నొనర్చెదము నేనిదిగోరితివంచుఁ జెప్పఁడీ.

సీ॥ *ఒకమాఱు విని కళానికరంబులెల్ల నే
రిచి ప్రౌఢయావరరుచియొకండు
†తురకమావంతు పోటరుల కయ్యపుబాస
బోధచేసిన జగన్నాథుఁ డొకఁడు
‡నరసభూపాలీయ నామకాలంకృతి
గ్రంధసంధుఁడు మూర్తికవియొకండు
§చుళుకిత షట్ఛాస్త్ర జలధియా నెలకూచి
బాలసరస్వతీ ప్రాజ్ఞుఁడొకఁడు
గీ॥ తగినవట్టున కేక సంధాగ్రహత్వ
బిరుదపరికరులైరి యాపరమగురులె
యేకసంధాగ్రహత్వ మింతింతయొక్క-
వానినాలుక శారదవరలవలయు.

సీ॥ ఎవని నాలుక శారదేందు బింబస్ఫుర
ద్భాసురాంబరకు హల్లీసకంబు
ఎవని నెమ్మొగము బంహిష్ఠామర జ్యేష్ఠ
చతురవాణికి మహా చత్వరంబు
ఎవని సత్కృతి కళానివహాపర్యంకికా
భ్యర్ణస్థితకు నవ్యపర్ణశాల
ఎవని యభ్యూహ యుత్కృష్టశబ్దాహ్వాయ
దీపదీపితకు ఘంటాపథంబు

ఇందు రెండవపాదమునందుఁ జెప్పఁబడిన శతావధానము చెఱియొకపాదము

---

*కథాసరిత్-లంబ 1చూ2-3 †రసగంగా--పీఠిక, చూ. ‡సీ॥ఏకసంధోచిత శ్లోక భాషాకృత్యచతుర--నరస॥ §వాడుక.

• గీ॥ ఎవఁడు పూర్వజనుస్సత్ర సవననిర్వి
శేషసంతర్పితాశేష శిష్యలోక
గీర్యథావత్స్వతామల కీర్తిసితప
తాకుఁడవ్వాఁడ యేకసంథాగ్రహుండు.

ఉ॥ కావున నెంతవారికెని గష్టమటంచును నొక్కి చెప్పఁగం
గావసరంబు లేద, యిటులద్భుతులెందఱో లేకపోవుటే
యీవిధి చాలఁగష్టమని యెంచఁగ నిశ్చయసాక్ష్యమాద్రిలో
కీవిజయైకతానులకె కేవలసాధ్యము దీనినమ్మఁడీ.

గీ॥ ఉక్తనియమప్రకార సంయుక్తముగను
దగఁగ నత్యద్భుత శతావధానసరణి
నెవఁడు నిర్వహణము సేయ నెచ్చుగాఁడె
యేకసంథాగ్రహత్వంపుఁ బోకడలకు.

చెప్పనవధానమని తెలియనగు. మూఁడవపాదమునందుఁ జేర్కొనఁబడిన విషతభయంకరముగు నవీనవిధాన మత్యద్భుతశతావధానమే. కాని శతవిధానమెంతమాత్రమును గాదు. మీరు ముందొకచో నీపద్యమునకుఁ జేతగాని యర్థము చెప్పకొని శతవిధానమునకన్వయించి "ఇవి వీరు మొట్టమొదట శ్రీవారియొద్దఁ జేసిన ప్రతిజ్ఞలుగదా? అంతకుమున్న చేసి చూచుకొనకుండ నెట్లు ప్రతిజ్ఞనేయుదురు? ఇంట గెల్చికదా రచ్చను గెల్చుట? రాజానురంజనము పూర్వమా? విధానరచన పూర్వమా?" అని శంకించి మీ వెఱ్ఱియంతయు బైటఁబెట్టుకొంటిరి సుఁడీ!

చ॥ * * * * మీసభాస్థలముఁ జేరి వధానము నాచరింపఁగాఁ
గుతుకము గల్గియుండె సమకూరుపునుయ్యది చూడఁ జాల న
ద్భుతమెటులన్నఁ బృచ్ఛకుఁడు దోఁచినవర్ణనఁ గోరుచుండ నా
చితిగల సత్కవుల్వినుతిసేయఁగ సోయగమైనపద్యముల్
శత మొకగంటలో నలుపఁజాలుదు * * * * * *

ఇదియు నత్యద్భుత శతావధానమును దెలుపునదియే. ఇట్లే రాజానురంజనము మా మొదటి యావధానములగుఱించి పెక్కువిషయములఁ దెలుపుచున్నది. గద్యరూప

ఉ॥ ధారణతప్పకుండఁ గవితల్లజులందఱు సూచుచుండ వీఁ
గోరినపద్దెముల్ గొనియెకోవిదులందనియించుచోఁ గడుం
గోరికెల్లుల్లసిల్లఁ బలుకుంజవరాలి వరాలురాలు బం
గారురువారపుందళుకు గద్దియఁబట్టము మీకుఁగట్టమే.

ఉ॥ నూటిని జెప్పి ధారణననూదితముందగఁ జేయఁబోవఁ బో
రోటు! పృథక్కిన్నతిన్నములు నొక్కొకపద్దెమునొప్పఁజెప్పఁ గ్రొం
బాట యి దొక్కఁ గొప్ప యలవాటుపడంగడఁగన్ గడింది న
య్యాటగ "మూలనున్న ముసలమ్మయుఁ" జేయు విగేయపద్ధతిన్

శా॥ ఆచార్యుండన లేదటంచుఁ బదివేలందింపఁగా నేల? నే
నాచక్కందగ దెల్పుదున్ మొదట సాహస్రప్రతుల్ మాత్రమే
మూచూపంగ తమేమి? యీయదొకతప్పంగాదొ యత్యద్భుత
ప్రాచుర్యార్థ శతావధానములు పోల్వంబోలవే, లక్షలేన్.

సీ॥ కడుమెచ్చియును గుణగ్రహణ పారీణులా
తురత నీబిరుదంబు తొడిగిరంట

ముగు పీఠికయు నాయవధాన తంత్రమును గొంతసంగ్రహముగా బోధించుచున్నది. కాని యొక్కయద్భుత శతావధానము నే సంబంధించి యుండలేదు. మఱియు నది రాజానురంజనమును గుఱించియు ముచ్చటించియున్నది. విచారింపుఁడు కావుననే మొట్టమొదట నవధానచరిత్రమును దెలుపు గద్యరూపముగు పీఠికయుఁ బిదప నవధాన లక్షణము మున్నగు వివిధవిషయములను దెలుపు రాజానురంజనమును గూర్పఁబడినవి.

ముఖపత్రము దళసరిగా లేదనియుఁ గాగితములు పలుచగానున్నవనియు శంకింపనందులకు మీకుఁబదివేలు. ఆహా! ఎంతచక్కని శంకచేసితిరి! హా! హా! హా! ఎంత మంచిశంక!! హా! హా! హా! హా! ఎంతదొడ్డ శంక!!!

"చరికొండ ధర్మకవి నాఁటినుండిలేని యీయత్యద్భుత బిరుదము, వీరియవధానమున కెందుకు రావలెనో?" యని మీరు విచారించిన నేమిలాభము? గుణగ్రహణ పారీణులచేనొసఁగఁబడిన యీబిరుదమునకు విచారమేల? అల్పజ్ఞులు, నసూయాగ్రస్తులు, న

అల్పజ్ఞులును ననూయాగ్రస్తులంబోలెఁ
బండితులను మెచ్చకుండ్రెయుంట
చరికొండ ధర్మనసత్కవీశాదులౌ
వారల నట్లుంపవలయునంట
కవులమంచను నహంకారులు తిర్పతి,
వేంకటేశ్వరులు పిర్వేఁకుదురఁట
గీ॥ గుణవిదుల్ బిరుదులు తొడుగుదురుగాక
పండితులె మెచ్చెదరుగాక దండికవుల
టుండ నెవ్వారుచేయలేరొటుమీరు
పోలఁజేతురు కాఁబోలుఁ బోలుఁబోలు॥

ఉ॥ మీరలుచేయలేరనిన "మేమెయటంచును విఱ్ఱవీఁగు న
వ్వారలె చేయఁజాలరలవారలు తిర్పతివేంకటేశులం"
చారయఁజెప్పిమెవ్వరినో యాఁటిడివెట్టుట లచ్చనంబొకో
ధారుణిఁ "దేరగుజ్జమును దంగెడుబర్కె"యనంగ నిట్టిదే॥

హంకారావిష్టులు విచారింతురని సరసులు పండితుల మెచ్చకుందురా? ధర్మనామలన ట్లుంపుఁడు! ప్రస్తుతము మేమే కవులమని విఱ్ఱవీఁగు తిరుపతి వేంకటకవులెన్నఁడైన నిట్టియవధానమును జేయఁగలిగిరా? గోరంతలు కొండలుచేసి యిరువదిమందికి, ముప్పది మందికిఁ జెప్పినవన్నియు శతావధానములేయని పేరుపెట్టి యాగుట్టు బయటఁబడకుండ శతావధానసారమను నొక గ్రంథమునుబన్ని యందొక్కొక్క యవధానమునకుఁ బది యో యిరువదియో (అందుఁ గొన్ని యింటియొద్దఁ జెప్పుకొనినవే) పద్యములుమాత్రము వ్రాసి మేమానాఁడాసభలో నావిధముగఁ జేసిన శతావధానములోనివని తప్పవ్రాసి లోకులఁగనుప్రామినయవధానములకంటె సర్వవిధముల నీయవధాన మత్యద్భుతముగ నుండకపోలేదు కావున నీయత్యద్భుతబిరుదమట్టికైతవావధానములకుఁ జెల్లదు గాని నిరాఘాటముగ రాజసభలోఁ బలువురుపండితుల సమక్షమునఁ బృచ్ఛకులు సభ్యులునను మోదింపనట్లు నాలుగుగంటలలో నొనరించిన యీసంపూర్ణావధానమున కది తగియే యున్నది.

చ॥ గురువులు కార యాదురని గొణ్గఁగ నేల? కవీశ్వరుల్ ధురం
ధరులును బొల్వఁగా నవవిధానము మీరలె చేసి నెగ్గుచోఁ
దిరుపతి వేంకటేశ్వర సుధీమణులే తమశిష్యకోటిలోఁ
బరగుదురింత నిక్కమని పండితులెంతురుగాక యింతటన్.

శా॥ ఈడంబోవక వెంట వెంటఁబడి యేదేనొక్కఁడేమాటమా
టాడంబోవ, విమర్శనాలుపది వ్రాయంబోలు మీబోంట్లకీ
జాడల్ లెక్క-యెదూడ లెక్కఁడఁటయాశ్చర్యంబునిండారఁగాం
డాడం గాఁదగు గ్రంథరాజమది మీటాత్త్వాలకుంజంకునే?

క॥ ఆనందమనుట యిది ప్రా
సానకుఁబఱు పాట్లు నాఁగసత్యము జెప్పన్
మానియు మీరొన్దువున వి
జ్ఞానపుఁ దాత్పర్యదండకంబగు నొక్కో॥

అమాయికలోకమా! శతావధానసారములోనివన్నియుఁ దిరుపతివేంకటేశ్వరుల చేఁ దుదముట్టింపఁబడిన సంపూర్ణావధానములేయనియు నందుదహరింపఁబడిన పద్యములాయవధానములసారమనియుఁ దలంపకుము! అందందు వారుచేసిన యష్టావధానప్రాయములగు కొన్ని యవధానములకు శతావధానప్రతిష్ఠ నిలుపుటకై యీగ్రంథము పాటుపడుచున్నదన్ని తెలిసికొనుము!! విస్తరమాగ్రంథవిమర్శమున వ్రాయఁబడుచున్నది.

ఆచార్యా!

శా. సందర్భమునుజూచి చెప్పెద మిడన్ శార్దూలవృత్తంబుమా
కందైనందగియున్నచో నవుడు మత్తేభంబు నిర్మింతుమా
నందంబందినఁ జంపకోత్పలములన్ సంధింతుమీప్రక్రియన్
గందంబొక్కెడఁ గీత మొక్కెడను వక్కాణింతు మిచ్ఛాగతిన్

పైసందర్భపద్యము మీకసందర్భముగాఁ గనుపట్టుట వింతకాదు. "ఆనందంబందినఁ జంపకోత్పలములన్ సంధింతుమనుట కర్థమేమో? ఇది సంధించుటవలెనే కనుపట్టుచున్నది" అనువ్రాఁతయే మీ తెలివి తేటలను వెల్లడిసేయుచున్నది. అట్టిస్థితిలోనున్న వాక్కిది యొక్కటియేకాదు! ప్రపంచమంతయు నసందర్భముగనేయుండును. స్వల్పకా

ఉ॥ ప్రాసను నన్వితార్థకపుఁ బల్కును వేయుటయందొకంటవా
క్యాసనుఁడైన నన్నయయఖండ మహాకవి "తద్ద"నాఁగ వి
న్యాసముచేసెనంచు నొక నానుడి లోకమునందు విందుమ
భ్యాసితగాధకాళికడఁ బద్దెము నల్లఁగఁబోన మాటలా?

ఉ॥ తిక్కనయజ్వయాదికవి తీర్థులుసైతము ప్రాసవేయుచోఁ
గక్కుటితొక్కుచోటఁబడు కష్టమెఱుంగమె చెప్పరాదుగా
కక్కవికోటినుంజికిలి యందవు బంగరుజాళువాములా
మక్కవితాలతాంగికెసి నంతలఁబూయుటఁ గానరాదుగా.

లములో నెఱవేర్పఁబడు నీయవధానమునందుఁ బృచ్ఛకులు విషమవృత్తములచేఁ గాలక్షయము సేయనుంకింపక సంతుష్టిగలవారయియున్నచోఁ జంపకోత్పలములఁ జెప్పెద మని దానియభిప్రాయము. దీనికై యానందమందినప్పుడు చంపకోత్పలములను జెప్పవలయుననియు విచారమందినపుడు వేఱువృత్తములను జెప్పవలయుననియు నేలక్షణజ్ఞుఁడును వ్రాసియుండనక్కఱలేదు. ఈప్రసంగ మొకపద్యరాజ్యమును జ్ఞప్తికిఁదెచ్చుచున్నది.

శా. ప్రత్యక్షంబుగనుండి యెల్లప్రజలన్ బాలించుచున్నప్పు సం
రక్షింపంగొనియాడినాగమెఁక స్వర్గస్థాత్రియై కంటిచే
వీక్షింపంబడరానిదై.........

చాలు! చాలు! కడుపునిండినది. ఇఁక నుదాహరింపనక్కఱలేదు. ప్రథమకబళమున మక్షికాపాతమును బునరుక్తిద్వయమునా? యనుట కిది వేఱొకపాదద్వయముచేఁ బ్రచ్ఛాదితమైనది. ఎవరితప్పు వారుదిద్దుకొనుట యొకతప్పిదముగాదుగదా? అది యటుండంగాక "వ. యతిరెయో ప్రాసయో తప్పుచేరికిని రాదా?" అను పాణిగృహీతోక్తి యిఁదులకేకదా యవతరించినది! బహుగ్రంథములఁగూర్చునపు డెందేని పొరపాటు రావచ్చునుగాని పదిపద్యములు వ్రాయుచు నందులో మొదటిపద్యములో మొదటిపాదములోఁ బ్రాసమునఱచు నుందమతులుండరందురా? పోనిండు దానికేమి? ఈసవరణను వినుఁడు.

శా॥ (ర)క్షింపంగొనియాడి (నాము)కద సామ్రాజ్యంబుగైకొంచుఁ బ్ర
త్యక్షంబై మము నేలు(నాడి)పుడు దివ్యాకారయై (కంటిచే)
వీక్షింపంబడరానిదై...............

క॥ మీాపద్దెములోదోసము
చూపిన నెవ్వారితప్పు చూపించినచో
మీాపద్దెములో దోసము
పాపుకొనఁగ బీజమగునె? పాండితియప్పురా!

క॥ ఎవరోయొక కబ్బపుముదు
మొదలక్ రేఫాక్షరంబు మూఁచూపంగా
డదనియెయుండెఁ జదువకుండు
ముదముగఁ బిడుగునకు బియ్యమునకేనొకటే.

గీ॥ అగ్నిబీజంబు రేఫతానయిన నేమి?
యిట్టి దోషశతంబు లెన్నైనియున్న
రక్షసేయుమటంచుఁ బ్రార్థనము సేయ
నెన్ని దోసమ్ములున్నను నెగిరిపోవె?

ఈపద్యము వ్రాసిన మహాకవి యెవఁడోయని యాలోచించుచున్నట్లున్నారు. ఈయని పోలవరము సంస్థానపండితుండు దివాకర్ల తిరుపతిశాస్త్రి శతావధానిగారు. పేరుతోఁ గలిపి వ్రాయకున్నచో శతావధానిబిరుదము పెట్టుకొన్న దగునేమో యని యట్లు వ్రాసినారను వేఱొకలాగునఁ దలంపకుఁడు. ఇప్పుడేల? మొలచినయట్లున్నది. పరియాచకమునకేమి గాని యీపద్యము వెనుకటిదానికన్నను దుస్థితిలోనున్నది. ప్రాస మెపోయినను బునరుక్తియున్నను గొంతవఱకా పద్యమే బాగుగనున్నది. ఏమందురా? ఇది యగ్నిబీజమగు రేఫాక్షరముతోఁ బ్రారంభింపఁబడినది. ఇట్టి వెఱ్ఱి పిచ్చనుగలదా? యనినచో మేమట్టిపట్టుదలకవారముకాము గాని; వారేతాదృశనియమసముద్రములోఁ దేలుచు మునుఁగుచున్నట్లు వ్రాసికొందురు గాన నిది యెన్నిసారమని చెప్పెదము. బాణుఁడు రేఫాక్షరము మొదటఁ బ్రయోగించి చెడినాఁడని చెప్పుదురు. విస్తరము వ్రకవీయాదు లెఱింగింపఁగలవు. మఱియు నిందు నాలుగుతప్పులు చూపట్టుచున్నవి. అందులో నొకటి వ్యర్థమనుదోషము. ఇట్టితప్పులతడకను బ్రకటించినందులకుఁ గొంకి యేకాఁబోలు విశేషజ్ఞుఁడనిపించుకొనుచున్న వేంకటశాస్త్రిగారీపద్యమును దాసిరాజరి కృష్ణాపత్రికలోఁ దక్కినపద్యములను మాత్రము ప్రకటించియున్నారు. ఇంతకుఁ జెప్పవ

సీ॥ *"వామనుండనియె ద్విత్వవిశిష్టజాతిప్రా
యికముగాఁ గ స్తనాదులకునటంచు"
నెమకి "ప్రాయోగ్రహణముచేత రక్షిత
మనుట యుక్తముగాద"టంచుఁ బలుకు
టాశ్చరమాసూత్రమం దుదాహరణంబు
పొల్చినయట్లు వాపోవఁబోరు
"ప్రాయేణ"యను యొక పదముంచుటకును "స్త్రీ
ణాంచక్షు"వనుచు యోజించిచూపె
గీ॥ దీనిగనినంత మీమాటదిద్దలెస్స
పడియుఁ బద్యంబులనువ్రాసి భ్రమతపడుట
కాద, యిదియొక సూత్రమర్యాదయిగాఁ
జెపుటచూడంగ నాయుంతసిగ్గుపడును.

లసినయంశ మేమున నిందు "కంటిచే వీక్షింపంబడరానివై" యనుదాని కేమైననర్థము గలదా? ఒకరుమాత్రము కంటితో వీక్షింపక తుంటితో వీక్షింతురా? అని శంకింపవచ్చునా? "స్తనాదీనాం ప్రాయేణద్విత్వవిశిష్టాజాతిః" అని వామనుఁడు చెప్పుచుండఁగా నీయేకవచన మెట్లు సమర్థింపఁబడునో? ప్రాయోగ్రహణముచే రక్షితమనుట యుక్తముగాదు. దీనికి జ్యేష్ఠభ్రాత బందరుశతావధానములో నొకయొకపద్యముగలదు.

చ॥ సరసుల్ కాంతలగుబ్బ చం(టిగవ)తో సాటిం గుబాలింప) న
బ్బురపుం బచ్చనినిమ్మపండు చెలఁగున్ మోదానుసంధాయియై

ఇందుఁ గుబ్బచంటికవతో నొకనిమ్మపండుపమింపఁబడినది. వేయివేలుగ నన్వయింతురుకాఁబోలు! అతివ్యాప్తియో యనావృష్టియో యేలచేయవలయును? గ్రామ్యకవులునైతె మట్లు చెప్పినవారుకారు.

క॥ "ఇంతలు బదరీఫలములు। ఇంతలుమారేడుపండు, లిడుమజ్జోస్తా
బంతులు, తామరమొగ్గలు। దంతికుంభములఁబోలు తరుణీకుచముల్"॥

---

*"స్తనాదీనాం ప్రాయేణద్విత్వావిష్టాజాతిః"--ప్రాయేణకిమ్--"స్త్రీణాంచక్షుః"
కావ్యాలంకార సూత్రాణి.

మ॥ పదిపద్యంబులు వ్రాయుచో మొదటిదౌపద్యంబునందందుము
మ్మొదలౌ పాదములోనఁ బ్రాసముఱుపుం బొందంగ మందాత్ములుం
డుదురాయంచవహేలచేసితిరి విడ్డూరంబుసూత్రంబులో
నెదురై కన్పడుఁ గంటెకిద్ది తమకిట్టింకింకెనే జంకునన్.
శా॥ ఈరీతిందలపోయఁగూడదు కళాహిందోళనాందోళితుల్
మీరల్ భాష్యవిదుల్ కనంబడనిహ్వల్లీలల్ వెలింబెట్టు వా
గ్ధీరుల్ పండితులిట్టియీతమకు నేకీభూతయోగంబు నిం
డారంగన్గొనుమాత్ర కాలమదిలేదా స్థానికుల్ కావుటన్.
మ॥ పయికిం గన్పడుదానికిన్ముదముగూర్పన్ లేక ప్రచ్ఛాదితం
బయియున్నట్టియుఁ జేలికెత్తికనియందానందముంగొంతఁబొం
దియు నామాత్రసదృత్తిరకసమర్థింపన్ బసల్లేక వ
న్నెయు వాసింగనువారికెందెవరొకో నేర్పంగలర్క్షితులన్.
గీ॥ కన్నుదోయికి మఱియును జన్నుగవకు
నొక్కయుపమాన వస్తువునుంచి సాటి
చెప్పి మతిఁగన్నయట్టి ప్రాచీనకవుల
వినుతమైన ప్రయోగముల్ వేనవేలు.
ఉ॥ దంపునుపాటపాడెదరు తప్పకమెప్పొనునంతనూ గుబా
ళింపననంగ నిందులవలేశము దోషములేదు మ్రుగ్గులో

సరసులగు కవులుగాని యిట్లుపోల్పలేరఁట! వారు తిరుపతి వేంకటేశ్వరులేకాఁ బోలుఁ! హా! హా! హా! ఎంతసగసులు! హా! హా! హా! హా! ఏమిసరసతిరుపతివేంకటేశ కవులు!

మఱియు నిందు « చంటిగవ » యనుచో గకారాదేశ మజ్ఞానమూలకము. చనుంగవలో గకారముండఁగా నిందేల్లయుండరాదని వ్రాసినట్లున్నారు. 2 « గుబాళించు » ప్రకృతార్థము రాక చెడినది. మఱియొకలాగున వన్వయించినచోఁ బ్రక్రమభంగమగును.

గుంపఁగ నియదర్థమని తెల్పకపోవుట పాడిగాదు "ఘో
షింపుట" నిరర్థమని సిద్ధము లాక్షేపికంబు మూడుఁగన్!

ఉ॥ డంబముగొట్టనచ్చు బహుశావిషిచేయనువచ్చుఁగాని సం
కంబును నిల్పుకోఁగఁగఁగష్టము ధారణ కోడపెద్దె శే
షంబుగ నిర్వహించు సరసంబగు యీయష్ట శతావధాన కా
ర్యంబది యేడ! హస్తిమశకాంతర భేదము కాదె యెన్నఁగన్.

గీ॥ భాష్యవేత్తలు మీరలు పలుకుపలుకు
లకును నర్థము తెలియఁగలమె నిజము
నిష్పడొప్పఁగఁగించుట యెంచవెనుక
యూహయయ్యది యేకదేశోక్తియేమొ.

ఉ॥ గొప్పఁగ రాజసత్తములు కోరిన పద్యము కిత్రమంబు నుం
దిప్పక చెప్పువారలటు "ధారణమాట యటుండనిచ్చి యం"
చిప్పగిదిన్ లిఖింపఁగను నేల? పరస్పర భేదవాక్యముల్
గొప్పలు దోరలెక్కువలు గొంబడిచెమ్మిది కుప్పతిప్పలున్.

కం॥ మూలస్థానేశ్వరశతి
మూలస్థానేశ్వరమసి మూలుగనేలా!

అవధానమైనప్పుడు పద్యములన్నియుఁ జదువక శ్రీవారుకోరినపిమ్మట్టమే చదువుచుంటిమంటిరి. అది యింకొకచోట్ట చెప్పినంటు శంకరాచార్యులవారికిఁ దోఁచినది. ఈయవధానము నాలుగుగంటలలోఁ జేసినదిగాని నాలుగు మూఁడురోజులు గుంటురు ప్పులువేసి వల్లించియుఁ గడకు బప్పులోనఁ జాగు వేయుఁచుండువారి యవధానములవంటిది గాదని మాయాచార్యులూహించుకోఁదురు గాక! ధారణమాట యటుండనిచ్చి యింత స్వల్పకాలములోఁ దిరుపతివేంకటకవులు నూఱుపద్యములైనను జెప్పినట్టు కనుపట్టదు. మూలస్థానేశ్వరశతకము మూలస్థానేశ్వరశతకమే. అట్లయినచో మేము నాలుగుగంటలలో నవధానమును ముగించి శ్రీవారుకోరినపద్యములనైనఁ జదివితిమిచాలదా? మేము చెప్పి నయొక పాదమును జెప్పఁజాలఁ బదిగంటలలో నొనర్చిన నటియొక సంపూర్ణావధాన మహాగ్రం థమాలయందే ప్రకటింపఁబడియున్నది. దానినిగూడఁ జూచి మీ వెఱ్ఱినడంచుకొందురుఁగాక

చాలుంజాలును బాండితి
నాలుగుగంటలకుఁ జేసినారఁట భళిరా!

చ॥ కనమతిశక్తిమైని బదిగంటలకాలములోన మేము ని
ర్వ్యరమును నిర్వహించితిమిపో! యని వ్రాసితిరట్లు చేయు నె
నరియగుచో మఱొక్కపరి సల్పుఁడి యచ్చటి కాగితంబులన్
బోరిఁబోరి వింటికిం గొనుచుఁ బోవక వర్ణనచేయు కెంతయున్.

ఉ॥ మా కెటనుండి యొకఁడు నమానుషరీతిని గమ్మరొందుతాఁ
బ్రాకటరీతి వచ్చెనని వ్రాసితిరిందును బూతులెన్ని వే
లోకను బట్టఁ జేసితిరలో! పెఁవారల నెత్తిఁ బెట్టనే
లా! కరమూనితొమ్మిదవయర్థము యాకరు వీరు పెట్టరే.

రాజకార్యధూర్వహులును, ప్రకృతిసుకుమారుఁడగు నృపశిఖామణియుఁ దిలకిం పుటకయి స్వల్పకాలములో నవధానముఁ జేయుతలంపుతో "సీసము మొదలగు పెద్దపద్యములను గోరి కాలక్షేపము సేయవలద"ని పృచ్ఛకులతోఁ జెప్పుటదక్కఁ దక్కిన విషయములయందు వారివారి యిష్టము ననుసరించిరే యుడివితిమి. కావుననే "పృచ్ఛకులు గోరినరీతి" నని వ్రాసియున్నారము.

కవిరాజవిరాజితము తోవకము మున్నగునవి యుండఁ గొన్నివృత్తములే కలవని యుఁ దక్కినవి సామాన్యపద్యములనియు మీయాక్షేపము.

సామాన్యపద్యములనఁగా నేమి? శార్దూలము, మత్తేభము, ఉత్పలమాల, చంపకమాల మున్నగునవి వృత్తములుగావా? తఱచుగాఁ గవులు వాడినంతమాత్ర వానికి వృత్తత్వహానిలేదు. అవి కందగీతములవలె జాత్యుపజాతులలోఁ జేరినవిగావు. వానిని గూడ లెక్కించుకొని చూచికొనుఁడు. అట్లుగానిచోఁ దిరుపతివేంకటకవులు దీర్ఘావకాశముఁ గైకొని యొనరించిన యవధానాభాసములకు నైతమీయాక్షేపణ తగులక మానదు. వారి బందరుశతావధానమును గుఱించిన యీ లేఖార్థమును జదివిచూడుఁడు.

"అవధానకాలమందు అడిగినవిషయమునకుఁ గొంచెము ఇంచుమించుగాఁ దోఁచినవిషయముమాత్రమే చెప్పిరి. చెప్పినవిషయములకుఁ దగిన హెడ్డింగులు పెట్టి యచ్చువేసినారు. యథార్థముగా నవి యన్నియు నేవియో చెప్పుటకుఁ గాలయాపనను బట్టి మఱి

సీ॥ పదిమందిపెద్దలు పరఁపడియుండఁగా
ఏకగ్రీవముగ బల్కఁగలిగిరేని
అలజడిచచ్చిచేయుఁగల విన్నప
ములుగాఁగ నవధానములరేని
తిరుపతి వేంకటేశ్వరుల గెల్చెదమని
దంటగా నైసినిరాకుఁగారేని
ఏయభిజ్ఞుఁడో మీకుఁబేరీతిగాఁ గమ్మ
వాస్తవమ్ముగఁ దానవ్రాసెనేని
గీ॥ అట్టిమేధావి పేరు పైఁబెట్టరాదె
గెల్చెదమటనియహమున్న గెల్వరాదె
అందఱకుఁ దెలిసిన రహస్యంబిదికద
కార్యశూరులు కారాదె కాబు లేల!

పుదగిలినది...మీ పేరెత్తిన నాయనబట్టియూకునట్లు గంతులువైచుచు 9 అట్టముయా కరువు పెట్టినను...ఈశతావధానము 9 దినముల దీర్ఘావకాశముఁ గైకొని చేసినదైనను గంటలలెక్కను మీరుచేయునట్టి యవధానమందు శతాంశమంతయైనను రసవంతముగా నుండి శతగుణితముగా దోషయుక్తమయినదని పెద్దమనుష్యులందఱును ఏకగ్రీవముగా ననుచున్నారు

"మొదటి 50 చరణములును రెండవ 50 లోని రెండవచరణములలోఁ గొన్నియును మాత్రము వెం. శా. గారు చెప్పిరి. తక్కినవన్నియు తి. శా. గారివే వెం. శా. గారు పూర్వపు నానారాజసందర్శనపద్యములఁ జదువుచుఁ గాలక్షేపముచేసిరి" --

వీరియవధానప్రక్రియ దెలిసినదా? మాకిసుమంతకు భేదములేదని తి. శా. గారిని ముందునకుఁద్రోసి వెం. శా. గారు వెనుకటిపద్యములఁజదివి యంగఁజేయుచు నిట్లో "చేయంగలవిన్నపములుగా" నవధానమునీడ్చి మఱికొన్ని నాళ్ళకుఁ గొన్ని పద్యములు చేర్చియు మఱికొన్ని మార్చియు నొక యపూర్వగ్రంథమును బ్రకటింతురు. "తెల్లనివన్నియుఁ బాలు నల్లనివన్నియు నీళ్ళు" నని తలంచునట్టిలుపిల్లలు కొందఱును, బహు

ఉ॥ ఊఱకుమమ్మ! యింతకున యోగ్యులుతీర్పతి వేక పశ్వరుల్
కాళియఁ బెట్టినారు కనుగంటులు నైనను రామకృష్ణులే
వీఁకను లై కవీశ్వరుల వెట్టికిఁ గొట్టి ముడంబునకుఁ జే
కూఱఁగఁ జేయువారలదిగోఁ గనుగొమ్మ శతావధానమా!

శా॥ క్రోఁతిం ద్రిప్పినయట్లు త్రిప్పిరి నినుం గుక్షింభరిత్వంబునన్
లాఁతుల్ కొందఱు వారిమాటలిఁక నేలా! రామకృష్ణాహ్వయుల్
బ్రాఁతింబాఁజరమందుఁ జిల్కగతి మర్యాదంగ సంగూర్చిరే
చేఁతల్ లేఁకర కాయకోఁతలని సంశీలింబడం బోకుమీ!

శా॥ ఉండంబోరు కవిప్రకాండులెవరే యోజింపనీమాత్రపుం
గండల్ సత్కవితాభిరాములు కళాక్రమాకృతుల్ పాండితీ
శౌండుల్ నూతనదివ్యసద్బిరుదభాస్వత్కీర్తు లంచం దమరుం
దండారా తెగఁగొట్టుఁ డింక నవధానజ్ఞానవిజ్ఞుల్ బుధుల్.

కుమునందలి వారును, జంకలు తాటించుకొనుటయే వారికిఁ బరమానందము. వీరిన్ని లావాదేవీలుపడినను యథార్థజ్ఞుల యభిప్రాయ మెట్లున్నదో! శతావధానమా! యూఱడిలుము!—

శా॥ చేతఃప్రీతిఁ బురాతనుల్ కవివరుల్ సృష్టించి పోషింప వి
ఖ్యాతుల్ కేవులపల్లిసోదరులు నిన్నాస్థానికెక్కింప న
య్యో! తర్వాతను గాకవీశ్వరులు మాయోపాయు లింటింటికిం
గ్రోఁతిం ద్రిప్పినయట్లు త్రిప్పిరి నినున్ గుక్షింభరిత్వమ్మునన్.

దైవవశమున నాదుర్దినములెల్లఁ గడచనిపవి—

శా॥ క్షితిన్ కేవులపల్లిసోదరులు సుశ్రీమించు నాస్థాని నే
భాతిన్ నీకు యశఃప్రసూనమిడిరో ప్రాఁద్రోవ నారాయణా
ద్వైతిచ్ఛాత్రులు రామకృష్ణులు మహత్త్వంబిచ్చి నీకెంతయున్
ఖ్యాతింగూర్తురు దిక్కటాహముల నింకం జింతనీకేటికిన్,

మ॥ అదె కాంగ్రేసులను నిన్న నెల్లరకు నివాహం జేయలేనంత జే
కదలిర్పంగను క్రమోత్క్రమోసెనం టవమాఘంటాపథంబుందా
మిదమిత్థంబని చెప్పంగాం దెలియలేరెవ్వారలుంగాని బి
ట్రుదయంబెక్కెను "సట్టహాస" ము వెదండమూ రాయటం గొప్పంగన్

శా॥ సింగారంబుగ రెండు పద్దెములనేం జేతః ప్రియాభ్యాహాస
ర్వ్యాంగీకారవమునాభిన్న ప్రత్తియుగు సృష్టాత్మ ప్రస్తుతిం జేసికో
నంగీకారము నాకు ముల్లునిసిరా! యుం దెంచు మన్నాకు మేల్
సంగీతాలకుం బంతకాయులవి రాలుంభోలు సేయొన్నంశేన్.

సీ॥ బసెశ్లుడుంబ కేం ప్రవృత్తి తెల్లి యుంవి
యెమ్మెలగుచదేశ్ట కెంతదన్వ
విమకలిమాంటమాం బనుభవింపంగ లేని
యెఱుకువక నధాన మేడ కేశ
మొగమోటమాటలుంచి బూమెలాటుకొ నెదే
నింత వాఁకివిద్దె యేమివరుస
ఎకుసైనవాం ప్ర రనెల్ల దూఱడివారి
కీహితంబగునేలి కేమివావి

ఆ॥ తమవిధంబుం దెలిసి తమ్మును దెలిసియూ
నసముమీంద నెఱులు కపమసంగ
డంగుటెలువజేని డాకాలందన్నంగ
నరయుచున్న వార లెక్కటకట!

తోవకవృత్తిమునుగుఱించి వీరువ్రాసిన పంక్తులు:—

“శోవకవృత్తె మప్పకవీయమున నెచ్చటను లేదు. అందుం దామరసవృత్తమును నామాంతరముగల తోదకవృత్తె మొకటికలదుగాని యది గతిచే దీనికిసరిపడినను నీగణములుకలదిగాదు కావున నీవృత్తముగూడ నూతనసృష్టియని యూహింపనయ్యెడిని”

గీ॥ భారతమున సుదక్షిణా పరిణయమునఁ
బ్రోదిఁగాఁగూర్చు తోటకదోదకముల
వృత్తములు సత్ప్రయోగంబులిచ్చినార
లున్న దాఁకికి సంతోషమూనవలదె.

ఈవ్రాఁతవలన నప్పకవీయము గాని వృత్తము చెప్పఁగూడదనియు నప్పకవి చెప్పిన వృత్తమే పురాతనసృష్టమనియుఁ దేలుచున్నది. అగుఁగాక! ఇహి! హీ! ఇట్టిపిచ్చిశంకలకెల్ల! మేము సమాధానము చెప్పవలయునా? మీరే మఱియొకనెలకఁ గన్నులు విప్పకొని యిట్లు తెలిసికొంటిరి!—

‘‘ఛందోవిషయమునఁ బ్రౌఢగ్రంథ మప్పకవీయము గాని సులక్షణసారము కాదు. లక్షణసారముయొక్క యసారతను గూర్చి యిటు వ్రాయుట యప్రస్తుతము. అందెన్నో తెలివితక్కువలు కలవు. తోవకమును వీరితరలయు నప్పకవిమతమున దోదకమును విచికిలితయు నగుచున్నవి. నామాంతరసద్భావమునకుఁగూడ నతనిసమ్మతిలేదు. ఉన్నవానికిఁ జూపుచు సేయున్నాఁడు. ఈవృత్తద్వయమునకు భారతాదిప్రయోగముగూడ మృగ్యము. తోవక మించుక భేదముతో నామసామ్యము గలదియే యైనను వీరితరలకు లక్షణసార మాధారము కావలయునే కాని యప్పకవీయము బొత్తిగా సంబంధింపదు’’

అప్పకవి యొకానొకచో లక్షణసారోక్తి నంగీకరింపమిఁ గని ‘‘మగఁడుగొట్టిన మధుకరపువాఁడును గొట్టె’’ ననుసామెతగా మీరుకూడ నందెన్నో తెలివితక్కువలు గలవని యాక్షేపించితిరి. కానిండు. తోవకవృత్తము మొదట నప్పకవీయమునందు లేదనుకొని యప్పకవీయమే సర్వప్రమాణమనియు నది యందులేదనియు నధిక్షేపించితిరి. పిమ్మట నదియే నామాంతరముతో నున్నట్లు గ్రహించి క్రిందఁబడినను మీఁదఁబడినవాఁడనే యని నామాంతరమునకై యిప్పుడు పెనఁగులాడుచుంటిరి. వినుఁడు.

‘‘దోధకవృత్త మిదం భభభాగా’’ అని వృత్తరత్నాకరము. ఇది సర్వసంస్కృతకవిసమ్మతము. దీని నప్పకవి దోదకవృత్తమని వ్రాసినాఁడు. మీరు నట్లేగ్రహించితిరిగదా? లక్షణసారవేత్త తోవకమని చెప్పెను. మఱియొకనాఁ దోటకమనికలదు. వేఱొకఁడు తోదకమనియెను. ఇందఱిలో నప్పకవియే విశిష్టుఁడా? అట్లే తరలయు శ్లాఘ్యమైనది. మీయప్పయు విచికిలితమును మాఱుపేరు చెప్పఁగానిరోయున్నాఁడు.

క॥ "కామాంబా"యనుశ్లోకము
సేమముతప్పినదె ద్వంద్వవిశిష్టపదంబుల్
నోము నెయన్వయమింకొక
సామాసికపృథగనర్థ శబ్దము గాదక్.

శా॥ "అద్యన్నాటకితో" యనఁ గొంబ్ఱుఁ భాషాంతరమునున్ సూత్రము
దాద్యాహేశ్వరుఁడెట్లు వ్రాసె పెసల వ్యాఖ్యానమందద్యాఖ్యకల్
ఖవ్యోకోక్తి యథావదర్థము నిత ప్రాప్త్యర్థము నుర్విన్న చో
సద్యంబేయిదితప్పటం చనికి కాశానేపకేమిరారతే.

సీ॥ *అలభాష్యమందు"నజాదిషనే" యను
నిదిశేషణమొక "దేవదత్త
యజ్ఞదత్తౌ" యనసలరు ద్వంద్వమునకుఁ
దార్చిసయెడనజాధనమొవదిసా

ఆప్పకవియెఱుంగని సామాంతికములు నెవ్వి. మా సువృత్తిలికము. ఇట్టి విరాడు
ప్రయోగము చూపవలసియున్నది.

తోటకవృత్తము. దేవకృతంబులు ధీయలకైనన్, భూనరమూర్ఖులబోలునె యెట్లుం
గావున శోకము గాదకొఱంగం, గావలదేవతి గౌరవ మొప్పన్.

ఇది యూనందముద్రాక్షరశాలా ముద్రిత భాగవతప్రయోగము. ఆదిప్రయోగముఁ
గూడఁ జూపుము?

తోడకవృ॥ నాగము పోటడ నప్రభుఁడోలిక్, నాగమయన్ లల నామణియందున్
రాగముతోఁడిన రాజసంగాంబెన్, రాగవతీరతి రాజసమానున్.

సుదక్షిణాపరిణయము.

శ్లో॥ కామాంబా సూరాంబే నారాయణశాస్త్రి రామచంద్రబుధౌ
మాతరపితరౌ తు(ద్విర్వచనార్థకః) యమోస్తు, వేంకటరామ రామకృష్ణకవీ.

---

*"సమాసనిర్దేశోఽయంతత్రనజ్ఞాయతే కఆదిః కోఽన్తఇతి। తద్యథా। అజావిధనా
దేవదత్త యజ్ఞదత్తావిత్యుక్తే, తత్రనజ్ఞాయతే, కస్యాజాధనం కస్యావయ ఇతి। యద్యపి

యవిశదమెవరిదో యనివిభాగంబుగాఁ
తెలియఁగాఁబడదు ముఁ గలదు మఱియు
నిజలోకదృష్టాంతమే యనియును వ్రాసె
ప్రకృతసూత్రమునద్వంద్వమునకన్వ-
ఆ॥ యంబుఁ జెప్పెఁ గలఁడె? లోకదృ
ష్టాంతమునకు సూత్రచాలనంబు
తగ నివర్తకము యథాసంఖ్యసూత్రంబు
కలదు గాన యర్థకలితమంచు.

క॥ *నాగేశభట్టుకూడఁ బ్ర
యోగమిది యసాధువంచు యోజించిమహా
భాగుఁడు వ్యాఖ్యానంబున
నీగతి యేయనుసరించి యెఱుకడచేసెఁ

వేంకటరామకవికిఁ గామాంబా నారాయణశాస్త్రులు తల్లిదండ్రులనియు, రామకృష్ణకవికి సూరాంబా రామచంద్ర బుధులు తల్లిదండ్రులనియుఁ, ప్రథమకృత్యంజయము విద్యార్థులు సైతమీ శ్లోకము సక్రమముగా నర్థము చేసికొనఁగలరు. అప్రస్తుతపురాణీనము గీరతిప్రయోగములను బట్టి యన్వయము చేసికొనవలసిన దుష్కాల మింకను రాలేదు. లింగవచనవిభక్తిజ్ఞానము లేక యపార్థములు చెప్పఁజూచువారికి సహార్యాదయే గాని శాస్త్రిమర్యాద యక్కఱలేదు. మేము గ్రంథాంతగద్యములందు శాస్త్రి

తావత్ లోకఏవదృష్టాంతః దృష్టాంతస్యాపి పురుషారంభోనివర్తకో భవతి। అస్తిచేహాకశ్చిత్పురుషారంభః। అస్తీత్యాహ। కః। సంఖ్యాతానుదేశో నామ ఇతి" "అవ్యక్తసూత్రభాష్యే"

---

* యద్యప్యత్రమిలితస్య నైకత్రాన్వయ ఇతిద్వంద్వో న ప్రాప్నోతి। తథాపి సమూహయోరన్వయబోధోత్తరం యథాసంఖ్యమితి సూత్రారంభసామర్థ్యాత్ప్రత్యేకాన్వయః లోకేత్వేవంరీత్యా ప్రయోగోఽసాధురేవేతి భాష్యేస్పష్టం "శేఖరే"

మ॥ *విషమిూకారుఁడుద్వంద్వగర్భితబహువ్రీహ్యర్థమాద్వంద్వతా
విషయార్థంబునకన్వయింపదని తెల్పెన్ భాష్యసారస్యమిూ
విషయంబుండఁగ విశ్వనాథబుధుఁడొప్పెంద్వంద్వముద్వంద్వతా
విషయార్థంబున కన్వయించునని స్వప్రీతిన్ విడంబించుచున్

క॥ జాతినివచింతుమంచును
నూతనమగు నొండుత్రోవనుంబట్టినచో
బూతగును దెలివుతక్కువ
యే తెలియునుగాన చెప్పనేలా! వితగన్.

ఆ॥ వీరుసూపినట్టి విషయమే కాదు మిూ
రూని చెప్పఁగల ప్రయోగమిదియుఁ
దరలిపోవవలయు ద్వంద్వైకదేశస్థ
పదములకును వేఱుపథముగాఁగ.

బిరుదముల నామముల తుదఁ దగిల్చికొంటి మంటిరి. నిజమే మేము మొన్నటివారము గాన మొన్నటినుండియే పెట్టుకొనినారము. ఇక్ష్వాకులనాఁటి వృద్ధకవులప్పటినుండియుఁ దగిలించుకొన్నారు. అభిజనమునందుఁ దిరుపతయ్యగారని పిలువంబడు మొదటికవి తిరుపతిశాస్త్రిగారు కాలేదా? వేంకటాచల మనంబడు రెండవకవి వేంకటశాస్త్రిగాను, పెరసిద్ధైనపుడు వేంకటేశ్వరుఁడు గాను మాఱలేదా? వారివలె శ్రీకింకవీంద్రఘటేత్యాది సర్వాబద్ధబిరుద మేదోయొకటి పెద్దాపురము చేఁడ త్రాడంతపొడవుగా మేము ప్రతిగ్రంథమునందున వ్రాసికొనుచుండుట లేదు. పైసంస్కృతశ్లోక మాంధ్రము నదుమ నన్వయింప దనుట యజ్ఞానవిలసితము.

---

*తథాచ, తీక్ష్ణదగ్ధాబ్ధిలంక॥ ఇతిప్రయోగోఽసాధురితి కేచిత్। అన్యేత్వత్రాబావిధనా దేవదత్తయజ్ఞదత్తావిత్యుక్తేర్నజ్ఞాయతే కస్యాబాధనం కస్యాన్వయ ఇతిభాష్యస్వరసాత్। ద్వంద్వగర్భబహువ్రీహ్యర్థస్య సమాసస్య ద్వంద్వార్థసమాపేన, అన్వయోత్తరం నప్రత్యేకమన్వయః। పరస్యద్వంద్వార్థయోస్తుప్రత్యేకమన్వయో భవత్యేవేత్యాహుః॥ "విషమిూ"

క॥ ద్వంద్వసమాససమూహము
ద్వంద్వద్వంద్వైకదేశవాస్త్వవ్యపద
ద్వంద్వపదాన్వయ మెటుచెం
దుంద్వాదృశులకె యదియును దోషపడ వలయుఁ.

ఉ॥ ద్విర్వచనసార్థకంబనుచుఁ దెల్లముగాలిఖియించినారలే
గుర్వవరోధమీపలుకు గూర్చెడునెందును ద్వంద్వమెప్పుడే
నిర్వరఁగూర్చి చెప్పఁగద, యింకొకభావము, యేకశేషగా
నిర్వహణంబుచేయ ధరణింగొనితేవలెఁ గ్రొత్తసూత్రముల్.

ఆ॥ వెఱ్ఱిశంకజేసి విసిగింపఁబోము ప్ర
త్యుత్తరంబు చెప్పనోటు! మీజ
వాబుచూడఁ గానవాబుదర్బారుద
ర్బారుకవివరేణ్యు లీరలగుట

అత ఏవో క్తం వికృతివివేకే "ప్రబంధకేవలాద్యస్య ప్రయోగస్తున దోషకృ" దితి

సీ. దంభోళిధగసతీ • తాంబూలపేటీషు
దహనబింబాధరా • స్తనభరేషు

శ్లో. హరయే జితమరుదరయే... దేవాయనమః" ఇత్యాది ప్రయోగాః ప్రబంధేషు బహవః ప్రవర్తంతే. కించ. తత్రైవ "వినానుకరణంకేచిదాద్యశబ్దప్రయుంజతే,,

అని "అనుకృతేస్తినాక్యంకు'' అను సూత్రమునకు వ్యాఖ్యానముఁజేయుచు నముఁజేయుచు సహోబలపండితుఁడు చెప్పినాఁడు. దీని పిండితార్థమది—అనుకరణసహితమైనను గాకున్న సమర్థమగు సంస్కృతపద సముదాయ మాంధ్రమునఁ బ్రయోగింప వచ్చును. అనుకరణరహితమగు కేవలపదమును బ్రయోగించునప్పుడు శ్రవ్యతఁ నపేక్షింపవలయును. కావుననే విశాంపతులు మున్నగు తిరుపతివేంకటకవుల ప్రయోగములు మీరు వ్రాసిన "అహంతావదీసభలో కేనచిత్కారణేన (స్వసూక్తులుపిల్లలుత్వే

క॥ ఇత్యాదులంచు నెటులో
ప్రత్యుత్తరమిచ్చురీతి పరికింపంగా
సత్యోత్తమమగుమార్గము
ప్రత్యక్షప్రమితిచూప రాదొకో యున్నకో.

క॥ ఎంచుచునర్థరి శబ్దరి
యంచుం బ్రయోగించినాఁడవగు నేయనయో
జించియుఁ గర్తరిభర్తరి
యంచుం బ్రయోగంబు లిచ్చెనటబలీ రే!

న) ఆవంతయుఁ జంకులేక కానిచిత్పవిద్యాని చెప్పగలను" అను దానివలెఁ బరిహాసపాత్రములు. ఈప్రసంగమునం దనవసరముగా "ఒక కపి పదునైదవాబ్ధంబు," అని ప్రయోగించె. ఆగ్రంథమునకు నద్భుత బిరుదము మాత్రము కలదు" అని యద్భుతో... రామాయణమునందలి "సీ. పదిరైదవాబ్దంబు మొదలుగాఁగవినయి" అనుపద్యమును బురస్కరించుకొని నాదెళ్ల పురుషోత్తమకవిగారి నాక్షేపించితిరి. అది ముద్రాప్రమాదము. శుద్ధపత్రికయందలి "21 వాబ్ద. వబ్ద" అను సవరణను జూడక యాక్షేపించుట శ్రేయస్కరముగాదు. అట్టివి మీకుఁగావలసినచో "వేదసంతతులు" మున్నగు తి॥ వే॥ ప్రయోగములులేవా?

"రత్నాకరగభామినులకు" అని కోమటి, స్త్రీలను నర్థమునఁ బ్రయోగించియున్నారు. రత్నాకరశబ్దమునకుఁ గోమటులనునర్థ మేశాస్త్రమువలన వచ్చునో?' ఏశాస్త్రమువలనఁ రాదు?

"వందితబుధజనలోకం" ఇందు "వందిత" యనుచో నేదో వెక్కిరింతో వఁదొక కారగును గాని యదియు నిల్వదు"

ఆతప్పేదియో వ్రాయరాదా? నిల్చునో నిల్వదో తెలిసికొనవచ్చును "తనకుఁ దెలియనివన్నియుఁ దప్పులనుచుఁ గుకవిహాస్యంబు గావింతు"

విద్యా! వద్యా! అనఁగాఁ బండితులుగలవాఁడా! యనియర్థము.
విద్యావతః యాతి. ఆతోఽసుపసర్గేకః. కృదంతము బుద్ధితోంతగర్భము.
"ప్రజ్ఞాశూరా" యనునది కావ్యశూర ఖడ్గశూరాదులవంటిది.

గీ॥ బూతులాడుపదము పొగడుటయందు ని
రూఢమగునుగాక రోచకంబు
దోఁపఁజేయుచుండెఁ దొనలరాయనిబూతు
లాడుచుండెననఁగ నన్నలార!

ఇట్టి వెఱ్ఱిశంకలుసేసి విసిగింపక యీశ్లోకముఁ బఠించుకొనుఁడు. పై మీసందేహములు మంచువిడినట్లు విడిపోవును.

శ్లో॥ శక్తిగ్రహం వ్యాకరణోపమాన కోశాప్త వాక్యాద్వ్యవహారతశ్చ
వాక్యస్య శేషాద్వివృతేర్వదంతి సాన్నిధ్యతస్సిద్ధపదస్యవృద్ధాః.

"పూర్ణశశితోడ నెమ్మోము బూతులాడు" ఇట బూతులాడు-అతిశయోక్తులుపలుకును గావున నే వంది "బూతు" అనఁబడుచున్నాఁడు.

భారతమునందు.

ఆ.గీ. బూతువొగడినట్లు పొగడెదుపొగడంగ, వలయునేని సుగుణవంతులైనఁ
గర్ణశల్యులాది గాఁగలవీరులఁ, బొగడుచుండరాదె ప్రొద్దుపోవ.

"బూమెలాడు" అనియుం బాఠాంతరము.

ఉ. తొల్లిటి సత్కవీశ్వరులు ద్రొక్కినదారులఁదక్క నూఱుగా
వెళ్లిన నొప్ప రీనియమవేదులు వారలదారిఁ జేరఁగా
నెల్లరుఁ "గోడిగ్రుడ్డులకు నీఁకలఁ బీఁకెడువారె" నవ్వులో
చెల్ల! యిఁకం బ్రబంధములఁ జేయుట యెట్టులొ చెప్పఁడీ బుధుల్.

ఇందలి సామెత లోకప్రసిద్ధమైనది. "ఈఁక" శబ్దమున కపార్థము లేదు. (ఈఁక-పక్షియొఱక) కావున నించుకయు నశ్లీలాపాదకము గాని యీసామెతతో నేకదేశమును గ్రహించి పలుచోట్ల "నిది యీఁకలఁబీఁకు పాకమా" యని ముదలకించుట యేమిరమణీయము?

ఇట నశ్లీలార్థదాయకములగు దుష్పాకములఁ గొన్నింటి మీకుఁ దెలుపుట యప్రస్తుతము గాదు:—

(1) "నిక్కినాము" పాకము. నానా॥ సంద॥ 58 పుట.

ఇది యాత్మవిశేషణమై తప్పక యనౌచిత్యముఁ జేయుచున్నది. అన్యత్రప్రయుక్తమైనచో నీదోషము గలుగదు. "నిక్కిన కాకవుల్ ధరం జోలరు సత్కవీశ్వరుల"

సీ॥ తొలినుండి తనకువిద్దెలఁ జెప్పు నొజ్జను
బోరిఁబోరి దరిఁజేరిబూతులాడె.
ప్రవరాఖ్యుఁడువిశాల వనివరూథినిగోర
మాటాడకయె మేరమీఱి త్రోబ్బె
పోటుబంటయ్యును బాలసుదిండినిగాంచి
యంగవించుచుఁ గాలుపంగళించె
తెలవారుపట్లమొ క్క-ళముగాగుహ్యాప్ర
దేశమ్మునంగడు నాశనొందె
గీ॥ ననిప్రయోగింప నిందుదౌష్ట్యమ్ములేదు
కానివాడుకయందు హాస్యానకమరుఁ
గానయిట్టిప్రయోగంబులూని చెప్ప
నేలయో బూతులాడుకో నేలయయ్య!

---

(2) ‟ శాంచోద్ధలంకోరు ” పాకము. 1911 సం॥ డిసెంబరునెల సరస్వతీ సంచిక.

ఈపదములకర్థ మాబాలగోపాలము నెఱింగినదియే. అనుకరణమందేని ఇట్టి అపభాషితములఁ జేర్పరాదు. లజ్జనువిడిచి త్రిలోకీ విజయము సేయువార లిదిపాటింపకపోవుదురుగాక!

మేమువధానమునఁ గోహినూరువజ్రమును వర్ణించుచుఁ బరిమాణమున దానిని నింబముతో నుపమించితిమి. మీరానింబశబ్దమునకు వేపకాయ యనునర్థముఁ జేసికొని కోహినూరువజ్రమునకు వెఱ్ఱివేపకాయతో సామ్యమెట్లు కుదురునని యాక్షేపించుటయే గాక ‟ నింబమంటే నిమ్మకాయ. ఆవజ్రము కోడిగ్రుడ్డంతయుండునని కొందఱువ్రాసియున్నారు. వీరు దానింబట్టి చెప్పియున్నారు. నింబశబ్దమునుండియే నిమ్మపుట్టినదని కవులయాశయము. అంబనుండి యమ పుట్టలేదా? ” అని మాయభిప్రాయమును వర్ణించియు విదూషకముఖమున ‟ నిమ్మయనునది తద్భవము గాదు. దేశ్యము ” అని నిర్ధారించితిరి. ఆహా! ఏమిపరిజ్ఞానము? ఇటుచూడుఁడు:—‟ లకుచో లికుచో నింబోదహ్యుర్జంబీరనామకః। స్యుర్జంబీశ్శేదంతశఠ జంభజంబీరజంభలాః ” అభిధానరత్నమాల. 28 పుట. సం

ఉ॥ భావవిరోధమైన పలుపల్కులు "లజ్జనువీడియుంద్రిలో
కీవిజయంబు సేయు"నని కేరడమాడుట కెందునిష్కృతుల్
లేవిటు లెవ్వఁడేని సవలీలగ నొజ్జఁద్రుణీకరింపఁగ
వ్యావళి యెల్లనింతగని యక్కట! యెమను వారలోకదా!

గీ॥ వమ్మునకునర్థమును బాగ వ్రాసినార
న్యాయమును నెవ్వరేనియు నరయుకొండ్రె
మీరలిచ్చు ప్రయోగమ్ములే రచించె
నఖిలపూజ్యంబు శబ్దరత్నాకరంబు.

గీ॥ ఈప్రయోగాల జేసి మీ కేమిఫలము
నాపనుపరిశ్రమమ్మెల్ల నాశమాయె
ననఁగ సాఫల్యమబ్బెనే! యోరా! "పంచ
పాండవులు కోళ్లిసామెత"వలె నెనుండె.

స్కృతము. "నింబః" కన్నడము. "నింబే" తెలుఁగు. "నిమ్మ" అని యందలియను క్రమణిక దేశ్యమనుట ప్రామాదికము.

మాపడిన శ్రమంబెల్ల నొక్కపరి వమ్మయ్యె—ఇట వమ్మయ్యె- నాశమయ్యెనని యర్థము. ఇది వైకృతవిశేష్యము.

ఉద్యోగపర్వమునందు.

"సొమ్ము నిష్ప్రయోజనముగ వమ్ముసేఁత"

విరాటపర్వమునందు.

"అకట యీఅడి వమ్మయిపోయె దుర్జయంబైన బలంబు" విశేషణమైనప్పుడు గాని "వ్యర్థమైనది" యను నర్థము లేదు. పిడుగునకు బియ్యమునకు నొకటేమంత్రము చదువవలెనా.

ఏనాములో శ్రీ మవధానము సేయునపుడు బ్రహ్మశ్రీ చళ్ళపిళ్ళ వేంకటశాస్త్రి గారు నాఁటిసభ నలంకరించియున్నారు. గురుదేవతాప్రార్థన మొనరించినపిదప వీరూ యునపై నొకపద్యము చెప్పినారము. అందలియభిప్రాయము:— "పలుచోటుల నవధా

శా॥ *శ్రీనాథాదిమహాకవీశ్వరులు ప్రాచీనార్యవాగ్దేవతా
సూనుల్ మున్ను లిఖింపఁ జేర్వఁడయునా శ్లోకాలు శ్లోకాళవి
జ్ఞానంబొప్పఁగ స్వీయపుస్తకములన్ సంధించియున్నారల
య్యావిర్ణీతిని వీరువొంగలని వ్రాయంజెల్లునే యేరికిన్.

ఉ॥ వ్రాసినకల్పనంబులును పల్కినునెత్తినయెత్తుఁగూడ వి
న్యాసముచేయువారలల రాకిరి వేనకువేలుసత్కవుల్
దోసమెయుద్ధిహాకిఁ గుమోహాలనూదరముంటఁ జేసి యా
వ్రాసినకల్పనంబులుకు పల్కినునెత్తినయెత్తుచేకొనన్

ఉ॥ ఇంతియెకాక నొక్కఁడిబిలుంతకు మున్నురచించినట్టి వృ
త్తాంతముకల్పనల్ సుతెయుచక్కరముల్ సయితమ్ముగాఁగనా
ద్యంతముపూసగ్రుచ్చినటులన్యకవీశుఁ డదృష్టపూర్వత
ద్వాంతుఁడునుక్ రచించుననఁ దప్పెగుణాగ్రణిత్వముం డినన్.

నిమై పఱఁగిన వేంకటశాస్త్రిగారికి యవధానము దొకపభ్యుఁడు పృచ్ఛకుఁడునై యుం
డుటంజేసి మాకవిత్వము మఱింత పరికాశింపఁగలదు'' అని.

ఇట్లు తనసభ్యతను బొగడినందులకాయన మమ్మభినందించెను గాని యపుడు గురువుగాఁజెప్పలేదని గ్రుడ్డలాడలేదు. ఆపొగడికచే వారికి శిష్యులైనట్లు తేలినదఁట! వహవా! ఈపాదరాయణసంబంధకల్పన మచ్చయుగా వేంకటశాస్త్రిగారిదే. ఏమన?

సీ॥ ఏనాటికొకగుబ్బ గానశాస్త్రిమ్ము రెండవగుబ్బ సాహితీడంబరంబు
ఏనాటియిలు సత్కవీశానసంబు రెండవయిల్లు చతురావధానంబు
ఏనాటి ప్రియశిష్యుఁ డానాగసంభవుం డటుమీఁదిశిష్యుండు వ్యాసమౌని
ఏనాటిపుత్రుల య్యేదుర్వరమునులు దేవమనుష్యులెల్లరుఁ బౌత్రభూతులు

---

*ఉద్దామద్యుమణిద్యుతివ్యతికరప్రక్రీడదగ్న్యుపల।జ్వాలాజాలజటాలజాంగలతటీ నిష్కూజకోయష్టయః ... ... మురారిః

శా॥ మాళిం......ప్రాలేయాహిత సంప్రదీప్తకిరణ ప్రక్రీడదర్కోపల। జ్వాలాజాలజటాలజాంగలతటీ వాచాలకోయష్టిమై. ... ... హరవిలాసము

మ॥ *"కవితావేశముచే జనించియు సువిజ్ఞానస్వరూపంబునౌ
కవి నుంజూపు పరిభ్రమించు నలయాకాశంబుపైనుండియా
భువికిన్ భూమినినుండియున్ దివికి" నాన్ మున్ జెప్పె నాంగ్లేయస
త్కవివాక్యంబులఁజూచుకొండదియె శంకల్ దీర్చి మేల్ కూర్చెదున్

చ॥ "హృదయగతింబు రాతనకవీశ్వరు లేఁగని త్రోవ లేదఁ"టం
చుదితసరస్వతీపటుదయోదయుఁడూర్జితసదుష్కవిప్రథా
చ్ఛిదురుఁడు సంకుసాలనరసింహకవీంద్రుఁడు చెప్పఁబోఁడె జో
కదగఁగఁ బ్రౌఢమైన కవికర్ణరసాయనమందుఁబొందుగన్

శా॥ †కాశీఖండమునంగలట్టియొకచోక్కంబౌసమాసంబువి
జ్ఞేశానుండలకుట్టినామ కవిబంహిష్ఠుండు తంజాపురీ
దేశాధీశుని లక్ష్యపెట్టనిమహాధీరుండతండ్రే రసా
వేశత్వంబునఁగాక చేర్చుకొనునే స్వీయప్రబంధంబునన్

ఇందు సరస్వతికి మొదటిశిష్యుఁడు వాల్మీకియనియు నటుమీఁదిశిష్యుఁడు వ్యాసమహానియనియు మూఁడవపాదమున జెప్పఁబడియున్నది. సరస్వతియొద్ద వీరిరువురు విద్యాభ్యాసముఁజేసిరని యేమహాకవియుఁ జెప్పియుండలేదు. అచ్చటచ్చటఁ గొందఱుకవులు సరస్వతి మాతఁదల్లియనియు, మఱికొందఱు ఉపాస్యదైవతమనియు, మఱియుం గొందఱు భార్యయనియుఁ జెప్పుకొను వాడుకగలదు దానింజూచి యీగ్రంథకర్త వాల్మీకియు వ్యాసుఁడును సరస్వతికి శిష్యులనికల్పించెను. వీరు శిష్యులు గారు. సరస్వతి నుపాసించువారు మొదటికవి వాల్మీకియనియు, రెండవకవి వ్యాసుఁడనియు

---

*The poet's eye in a fine Frenzy rolling.
Doth glance from heaven to earth, from earth
to heaven.
Shakespeare's Midsummer Night's Dream.
Act V. Scene I.

---

†కృతాన్త మహిషగ్రైవేయ ఘంటారవః వ్యాసః
కృతాన్త మహిషగ్రైవేయ ఘంటారవః భట్టః

గీ॥ *వ్యాసమునియేగనట్టి శ్రోతలునుగలవె
†మాఘుకవికూర్పకున్నట్టి మాటకలదె
‡కాళిదాసుంకునోకునవకకలదె యుపమ
కానకవినూత్రుఁడెల్ల దొంగయెతలంప.

చ॥ §ఇతరులమాట చెప్పఁగను నేటికిమాటికిసర్వసత్కవి
ప్రతతికినొజ్జయై, పలుకుపల్కినఁ బల్కినఁజూచుశారదా
సతిగలకాళిదాసుఁడెవిశారదమైన పురాణధోరణుల్
మతియుతులెల్ల మెచ్చఁగను మాటికొనెందనకావ్యపద్ధతిన్

మ॥ ఇటులన్యోన్యసుభావముల్ గలియఁబోకింపారుపాత్రంబులె
ప్పటికేచుండవు చౌర్యమీయదని యెవ్వారేని నేకాలమం
దిటులంబల్కరు పల్కవారలరరే! యేతెంచియున్నారలి
ప్పటికిన్నీరలు, సంతసంబుగలిగెం బ్రాజ్ఞత్వముప్పెంగెడిన్.

ఉ॥ నాకుజమానివ్యాసముని నాయకునింబలుమంబడంతిక
న్నాకుకొమారులన్న నిదిచూనికొంతప్పుబలారెకల్పనం

హృదయముననుండుటచే నీయన సరస్వతికి మొదటిశిష్యుఁడనియుం రెండవశిష్యుఁడని
యు బ్రమసి వ్రాసియుండును. ఇట్లువ్రాయుటకు మఱియొకకారణముఁగూడఁ గనుప
ట్టుచున్నది. “సంగీతమపి సాహిత్యం సరస్వత్యాః కుచద్వయమ్” అను శ్లోకపాదార్థ
మును దస్కరించి “ఏనాతికొకగుబ్బ గానశాస్త్రంబు రెండవగుబ్బ సాహితీడంబరంబు”
అని మొదటిపాదమునువ్రాసి యట్లే రెండవపాదమునుగూడ వ్రాయఁగడంగి యొకయి
ల్లు సత్కవీశాననమనియు రెండవయిల్లు చతురాననాననమనియుఁ గ్రమభంగముగాకుండనే
నుడివెను, కాని చతురాననశబ్దముపై నాననశబ్దము వేయుట చింత్యము. ఇంతియకాక
బ్రహ్మదేవుని నాల్గుమోములందు సరస్వతి నివసించియున్నదని కవులు ఘోషించుచుం
డఁగా నాననంబని యేకవచనముఁ బ్రయోగించుట యప్రయుక్తము. జాత్యేకవచనము

* వ్యాసోచ్ఛిష్టం జగత్సర్వమ్. †నవసర్గగతే మాఘే నవశబ్దో న విద్యతే. ‡ఉప
మా కాళిదాసస్య. §అశ్వఘోషుని బుద్ధచరితము. చూ. అప్పాశాస్త్రి విద్యావాజస్పతి
మాళవికాగ్నిమిత్రటీక. చూ. అగ్నిపురాణము, శివపురాణము. రామాయణములు. చూ.

బేకనఁబట్టరాదనివహించితిరొక్కా! ప్రతిజ్ఞ! నేఁటితో
మీకుఋణంబుతీఱెఁగవిమిత్రులు! మాయుఁడుమీపరాంగముల్

శా॥ ఔరా! యెంతటిదుర్వివాదములుస్వాహంభావసంసూచ్యహం
కారంబుల్ కవికోటికిచ్చెను వమత్కారంబులయ్యారె ధి
క్కారంబుల్ వరవాఙ్మయంబునకున్యక్కారంబులాహా! యలం
కారంబుల్ నయగారముల్ కడుఁ బ్రతీకారంబులుంగారముల్

ఉ॥ చాలవిచారణంబులును జర్చలుశోధనలుంబొనర్చి "ముం
గాల"పదంబుపొంతఁగల "కాఱను" ధాతువుదుష్టమంచునాఁ
జాలదు, లేదుమీరెటులొసంధిలఁ జేసినసాహచర్యమీ
యేలలఁబాడనేమియగు నెవజనింపదె యావత్రావినర్

ఉ॥ *సీసమునందుఁ బాదముల శేషములొక్కవిధానఁజెప్పన
భ్యాసితశిక్షలేదనుట వాదముకోసమునెప్పుకొందమీ
దోసముపూర్వపుంగవుల దోసమువారలకట్టిదోసముం
దోసముచేసెఁగన్గొనుఁడి తొల్లిటికైతసరికబ్బపుంగముల్

నుటయుం బోలదు. బ్రహ్మకు నాల్గుమోములుగలవని యెఱుంగనివారలైన సమన్వయిం చుకొందురనుట కనుజతు దానశబ్దము నాల్గుమోములుగలవాఁడని మేలుకొలుపుచున్నది. ఇట్లు క్రమభంగముగాకుండ వ్రాయుటకే వాల్మీకి మొదటిశిష్యుఁడనియు వ్యాసుఁడు రెండవశిష్యుఁడనియు నుడువుట. తుదకు విసుగుఁజెంది నాల్గవపాదము నెట్లయినఁబూర్తిఁజేయుట నెంచి యందుఁ గ్రమభంగమునకొప్పుకొనిరి. ఈరీతి నీగ్రంథమునఁ బలుతావుల మొదటిపాదముతో సరిపోయెడిపాదములు నుడువలేమిఁ గ్రమభంగము చూపట్టుచున్నది.

సీ॥ ముంగాల సింగారముంగా(ర) మేలుబంగారు రంగారు లంగాధరించి
దబ్బకాయలఁజూచి యబ్బగారనిబిల్చు గబ్బిగుబ్బలఁగంచు కమ్ముఁదొడిగి

మూఁడు నాలుగుపాదములు నిట్లే చెడినవి. మఱియు మొదటిపాదమునందు ముంగాల శబ్ద సాహచర్యమునఁ గాఱుధాతువు విపరీతార్థప్రదమై యేవపుట్టించుచున్నది.

---

*పాండురంగ మాహాత్మ్యము. చూ.

ఉ॥ అంబుజసూతిగేహిని దయంబొరలుంగద నొక్కచో సయ
త్నంబునఁ గొంత, పైనియతనంబును జేసిన దానితోడ సా
మ్యంబుగ నుండఁ బోవదని యందఱు సత్కవులొప్పికొంద్రు దై
వంబును మానుషంబు నిటు వాగును బోల్పవె యింత భేదముల్

చ॥ యతనము లేక యొక్కొకట నగ్గలమై పరువెత్తు ధార, పై
నతుకద యెంత కూర్చినను నట్టిటు కూర్పనఁ గాని సుందరా
యితము యివాఱు నట్టియల యేఱుల వంకలు వానిడొంకల
ద్భుతమగు రీతి నందమునఁ బోల్చునె? కృత్రిమపుందరంగిణుల్

చ॥ రసముగఁ జెప్పుచుందు కవిరాజులు శబ్దములందు డంబరం
బెసఁగఁగఁ జేయఁ బోకొనరకృత్రిమ మైచను బెంచు శబ్దపుం
బస మెయుటన్నిలంబకును బైని ప్రయత్నము చేయకుంటచేఁ
బొసఁగును గొంద జేవపడఁ బోలఁగఁ బోలును గాక వారికిన్

చ॥ అహమిక జేసి యందఱను హాస్యము చేసెడి యట్టహాసమ
న్వహమును దజ్ఞకోటికిని నక్కట! యేవను జేసెఁ బత్రికా
ప్రహసనమింత కెచ్చుకనఁ బట్టెడు దుస్థితియందు డిందె దుర్
బహుళతరానుభూతి నొయిఁ బట్టని యీసును వెళ్లఁ గక్కుచున్

మఱియు:—

సీ॥ ఏతాదృశస్ఫీతి భూతివిఖ్యాతి విద్యాతి శయద్యోతి తాంతసనసు
సంస్కృతాంధ్రకవిత్వ సారస్యమారంద, ధారామధుకరాయిత శుభవాత్రికిఁ
జెలమహామాత్య సంచితపుణ్యరాశికిఁ గామేశ్వరాంబికా గర్భమణికి.

ఇఁక మీరు వ్రాసిన యంతర్నాటకమును ప్రతిహతము సేయ నీయట్టహాసమున కనుబంధముగా నొక ప్రహసనము పక్రమింపఁబడుచున్నది.

పత్రికా ప్రహసనము.

చ. యతిచెడకుండఁ; బ్రాసముల నట్టిటు గూర్చెదు వేళ నద్దసం
గతి చెడకుండ; భావములఁ గల్పనఁ జెడునప్డు లోకస

ఉ॥ అక్కట! యేరొ వ్రాసిరని యట్టివిధానముగాఁగ, నందులోఁ
జెక్కు చెమర్పకుండఁగను జెన్నటి వ్రాఁతలు వ్రాసినార లీ
కక్కసకూఁటి నిండినఁగఁ గట్టిన గడ్డను గట్ట, నేటికిన్
"మక్కికిమక్కి"యన్నటులు మార్పఁగ నేటికి మాయలేటికిన్.

సీ॥ అతిగణ్యమైన విద్యావంశముం బుర
స్కరణముచేసి సోదరులుమీరు
ఒకకొంచెమేనినొప్పికొనిన నొప్పికో
కుండియున్నను సతీర్థ్యులరుమీరు
సాప్తపదీనంబు సఖ్యంబనంగ స
మాహితులైన స్నేహితులుమీరు
కవితపత్రికకుఁ బ్రాకట్యముంగొని తేరఁ
గలిగిన దర్బారుకవులుమీర

గీ॥ లగుట నింతగ వ్రాయఁగా నవసరమ్ము
యెవ్వఁడోయిటుమాదున్న యీసినదన కాని
నదియుఁగూడ విచారింపకచ్చువేయు
నట్టివారలైనచో ననవసరము.

ఉ॥ పత్రికయన్నఁ బాడకె నపాత్రపువ్యాసములెన్ని యేనిఁ దా
మాత్రము నెల్లమోయుటనుమాటటులుండఁగ నెల్లవేళ స
ర్వత్రయనేకరూపములవారిగఁ బొందియు వ్యాప్తిఁజేయు, దు
ర్గాత్రత నొప్పు హాస్యకరులై వడిదాష్ట్యముకావడించుచున్.

ఉ॥ "పత్రికలందగన్న మువువారె జగమ్మునునడ్పునట్టిసా
భ్రాత్రము నొందువార"నికరంబును మీరు గ్రహించియున్న చో.

స్మృతిచెడకుండఁ; బండితులు మాఱనకుండ; సహావధానులై
కృతులొనరించి మించెను కవీంద్రులకున్ యశమబ్బఁగా వునెన్.
(నాంద్యంతమున)

కృత్రిమమిల్లుచేయఁ దలఁచినతఱిఁ బెడఁబాపికోలుకై
స్త్రీతును నన్నముందినఁగ నేఁతురె దుష్పదకుంజవర్ష్మలై.

ఉ॥ పాపము పత్రికాధిపులు వారొనరించునదేమియుంటనే
దోపరగాథకై మెచరొగయొక్కరుపంపినఁజూడఁబోరు ము
ద్రాపితమానదే గ్రుడ్డివిధంబుగ మేటి ప్రమాణమానస
ద్రూపమహీపకాపనద రూపితి దుర్భరశాసనంబునన్.

చ॥ శకటికకేని డబ్బుకనంజాలక వేసునాన్యాయవాడిడాం
బికమొనరించురీతిఁ బన్నీతిచెలుకించుక లేక మొవ్వరే
నొకకవనోపంపనచ్చుపడనూఱ్యాకఁజేసిఁ పత్రికాధిప
ప్రకరము "పోస్టు"వారి వ్యయపద్ధతి సుద్ధతిసేయుఁగాపుతన్.

సీ॥ శవగంధసంకులంబున్న పిరజకుపట్టె
పత్రికకును ఖేదబాధ లేదు
ముక్కుమూయించెడి నుసుకాల్వకుపట్టె
పత్రికకును ఖేదబాధ లేదు
అపవాదపుట్టించు నపశదునకుపట్టె
పత్రికకును ఖేదబాధ లేదు
అటుచెబ్బగొనిమించు నపసాక్షికిందపట్టె
పత్రికకును ఖేదబాధ లేదు

గీ॥ ఎవరివారిని వారలునెత్తిపట్టి
లేసిపోని ప్రసంగమొం తేసెఁదాము

సూత్రధారుఁడు—(కలయఁజూచి సంతసముతో) ఆహా! నేటిసభను విచ్ఛేసినవా రందఱు బడిపిల్లలే. ఇట్టిని న్యాంసులయెదుట నాయాట బాగుగసాఁగును. (తెరవంక దిరిగి) విదూషకా! యిటురమ్ము. (ప్రవేశించి)

విదూ—ఆహాహాహాహా!

సూత్ర—(కోపముతో) ఏమిటిది యీయపహాసము?

ప్రాయు వ్రాయసకాండ్రఁ జేపట్టియాను
పత్రికలఁజూచి యాదరంపకు నెవండు?

ఉ॥ గ్రామ్యముపాడు జేయునని గందరగోళమె కాని పత్రికల్
గ్రామ్యపుభాషసైతమును గ్రంథముగన్ బాగునొనర్చునిట్టి దు
ష్కావ్యపుఁబత్రికల్ తమ మొగంబు తెలుంగు నెఱింగి యారా! నీ
రమ్యముగాఁగ దూఱునఁట రాజితకీర్తుల సత్కవీశులన్.

శా॥ సామాన్యంబుగఁ బత్రికాధిపతులీషత్పాండితిం బొందియుం
గ్రామర్యాదనుగూడ నేర్చుటను సీగోలల్ తటస్థించు నీ
స్వామల్ పూర్ణపుఁబాండితింగని విమర్శంబుల్ పొనర్పంగ నీ
వ్యామోహంబు నశించుఁ గాదసర యాపైనెవ్వరేనిన్ బుధుల్.

ఉ॥ పిలునుజాలులేని యవివేకులు వ్రాసినవ్రాఁత లెల్ల మీ
మూలమునంజగమ్ములను మోసముజేసెను వానదూఁకులున్
శీలవదగ్రగణ్యులయి చెన్నలరారిరి పండితోత్తముల్
గేలిమొనర్పఁగాఁబడిరి కీర్తిఁ జెందిరి పండితబ్రువుల్

సీ॥ ముందుమాఁకులయసామాన్యగుణంబులఁ
ప్రకటింపఁగలలోకవంచకులుగ
రంగురంగులుగఁ బత్రములందు బొమ్మలఁ
గీలించు నలమైంద్రజాలికులుగ
వెడనవ్వుపుట్టించు విషయంబులసతంబు
పాటవంబుగఁ గూర్చు నాటకులుగఁ

విదూ—(నవ్వుచు) అట్టహాస మిదివఱకే మైనది. ఇది ప్రహసనము.
సూత్ర—ఆలాగా? అట్లయిన నీప్రహసన మెవరినిగుఱించి?
విదూ—“అప్పా! యిది భూలోకమా?” యన్నట్లడుగుచుంటివే. నీవొనరించిన నాంది
లోఁ దిరుపతి వేంకటకవులు గుంటూరులోఁ జేసిన కుంటువధానము నెత్తి పొడువలేదా?

దమకున్న జ్ఞానలేశమే గొప్పయనిమదిఁ
బలికింపఁగల బ్రహ్మబంధువులు
గీ॥ జేయఁగా[illegible] దమ్మ మీచేతిమీఁద
మీ యథే[illegible]లకిఁక [illegible]
ప్రాయము ప్రాయమున [illegible]
గలిత [illegible]!
ఉ॥ "ఆలుపతివ్రతాతిలకస్త్రీ యుగమునందిన, భర్త కామిను
లోలుఁడునై యకీర్తికిలోనగు, గేహినిబుద్ధికూడ [illegible]
గేలియొనర్పఁగాఁబసియకీర్తికిలోఁగు, భర్త [illegible]
త్నీలలితుండునై [illegible] ప్రతికెక్!
సీ॥ బ్రహ్మసమాజవర్తనులయ్యు శాఖాభి
మానప్రవృత్తులమానలేరు
శాఖాభిమానప్రవర్తనాగురు
[illegible]
"క్రొంద [illegible]
న్యాయులు [illegible] లేరు
పండితదూషణాం వ్యాసముల [illegible]
[illegible]
గీ॥ మీలమున్నతులు [illegible] హాయిగాఁగ
నెల్లకాఁపురముంటికో యొఁబుఁగిమన్న
[illegible]
కలితమతులాంధ్ర [illegible]!
సీ॥ తెలిసినచో యథార్థముల [illegible]ములు స్వ
ప్రకటించుమిచో ప్రకటింపుఁడమ్మ

తెలియనిచో విమర్శకుల దౌర్బల్యములనైనఁ
గొండొక ప్రకటింపకుండుఁడమ్మ

భూషించుచోఁ దాను బోరగిలంబడు
మాదిరి మీకసమ్మతమెయమ్మ

తిట్టుచో మిగులనుద్రేకంబుపుట్టించు
మార్గమ్ము మీరలు మానుఁడమ్మ

గీ॥ లోకమునకెల్ల మీకు నాలోకమిచ్చు
జ్ఞానచక్షువు కలిగెనుగాన మరలఁ
జెప్పునది యేమికలదు సుశీలలార!
కలితమతులార! పత్రికాకాంతలార!

సీ॥ "ఎడ్వరుటైజుమెంట్లు" ప్రకటించుట
పరమావధిగనెంచు ప్రాజ్ఞులార!

"కాలముల్" నింపింపఁజాలు లే పత్రికా
ధిపులలక్షణమను ధీరులార!

"టూలెట్టు"లుంచుఁ బత్రాలలోఁ జాటికా
యలయంత వేయు పెద్దన్నలార!

"ఎడిటోరియలునందుఁ" జెత్తవ్రాఁతలను వ్రాయ
సాహసించెడు మహాచతురులార!

గీ॥ పత్రికాకాంతలను వెలపడఁతుకలుగఁ
జేయనెంచకుఁడయ్య' నారాయణ విట
దూషితలు కాంతలెప్పుడు త్రోవలోని
కరుగుదెంచని విధము మీ రరయకుండ్రె?

సీ॥ వెలసెనే యొక్కఁ డాంధ్రులయందు బాలగం
గాధరునంత యగాధమూర్తి
పొడమెనే యాంధ్రుల పుడమియందు సురేంద్రు
నంతటికీర్తి నలరువక్త
వెడలెనే త్రైలింగ విషయమందును లాల
మోహనునింబోలు స్ఫూర్తి యుతుఁడు
పొడసూపెనే యాంధ్ర భూఖండమందును
నరవిందునంతటి యలఘుమూర్తి

గీ॥ పుట్టెనే యప్పశాస్త్రిని బోలువాఁడు
పదిచూపింపుఁడొకని జే యెత్తిపీఁడ
టించుమనయాంధ్ర దేశమ్మునందు నెందు
నెందులకుఁ బ్రతికల్ పుట్టియున్న వేలు?

గీ॥ ఉభయపక్షాభిమానంబు నెత్తిపట్టి
ప్రాసికొనివచ్చి వెఱ్ఱిగ బూకరించి
కలఁత పెట్టెను పత్రికాకులరవంబు
నోరుమూయించుతమలగుంటూరుసీమ

www.ingramcontent.com/pod-product-compliance
Lightning Source LLC
Chambersburg PA
CBHW071125240825
31589CB00033B/478
* 9 7 8 0 5 3 0 0 8 9 3 3 1 *